THÍCH CHÚC HIỀN

HÀNH TRẠNG CHƯ TỔ

THI TẬP

PHẬT VIỆT TÙNG THƯ

HÀNH TRẠNG CHƯ TỔ THI TẬP

Tác giả: ***Thích Chúc Hiền***

Chủ trương:
Tổng Vụ Văn Hoá GHPGVNTNHK

Biên tập: Thiên Nhạn

Trình bày: Nhuận Pháp

Thiết kế bìa: Quảng Pháp

Tranh phụ bản: Zen Creative

Phát hành tại Hoa Kỳ, tháng 5, 2025
Nhân mùa An Cư Kiết Hạ của GHPGVNTNHK

ISBN: 979-8-3493-4928-7

Hành Trạng Chư Tổ Thi Tập

Mục Lục

Lời Ngõ

Xuất thân từ những giai tầng, địa dư khác nhau, trong những giai đoạn thời gian và hoàn cảnh khác nhau, chư Sư đã đến với cửa Phật theo duyên lành và hạnh nguyện có từ bao kiếp đến nay. Mỗi người mỗi khác, nhưng tất cả đều cùng chung một lý tưởng trác tuyệt: trở về tìm lại con người đích thực của chính mình, khai phóng bản thể chân như mầu nhiệm sẵn có nơi tự thân, nhằm đem lại niềm tin bất hoại và thắp lên ngọn đèn thiền.

Chính nhờ đó, tông môn được rạng rỡ, mạng mạch Phật pháp thâm huyền mãi được lưu truyền bất diệt, trở thành nơi nương tựa tinh thần vững chắc cho chúng sinh hữu duyên. Qua đó, cũng mang đến suối nguồn an lạc, giúp vơi bớt phần nào những nỗi thống khổ triền miên của kiếp nhân sinh vô thường hữu hạn.

Hành trạng của chư lịch đại Tổ Sư vốn dĩ:

"*Nhạn quá trường không*
Ảnh trầm hàn thủy
Nhạn vô di tích chi ý

Thủy vô lưu ảnh chi tâm."
(Thơ-thiền sư Hương Hải)

(Nhạn bay trên không
Bóng chìm đáy nước
Nhạn không có ý lưu dấu
Nước không có tâm lưu bóng).
Thiền sư Thích Thanh Từ dịch.

Đó là công hạnh của những bậc đã siêu thoát vô trụ, vô chấp, thể hiện trọn vẹn lý tưởng cao vời muôn thuở ấy. Do vậy, hậu thế đời đời khắc ghi, tưởng nhớ, biên chép thành sử sách để làm tấm gương cho bao thế hệ noi theo.

Chúng con, hàng hậu bối phước mỏng nghiệp dày, căn cơ thấp kém, nhưng may mắn nhờ duyên lành làm pháp tôn của chư vị. Bởi ngưỡng mộ hạnh nguyện cao cả và sự liễu ngộ tuyệt vời của chư Sư, chúng con căn cứ vào tác phẩm Thiền Sư Việt Nam của Thiền Sư Thích Thanh Từ và tác phẩm: Nghiên Cứu Thiền Uyển Tập Anh của GS. Lê Mạnh Thát để mạo muội cẩn bút ghi chép hành trạng của chư vị bằng thể thơ Đường luật (thất ngôn bát cú hoặc thất ngôn thập lục cú), như những lời tán thán công hạnh, hầu nương theo đức sáng ấy để tập tành, lần dò trên lộ trình tìm về bến giác. Đồng thời, chúng con cũng căn cứ vào hai tác phẩm trên để tóm lược ngắn gọn tiểu sử của chư sư và đã được Huynh trưởng Tâm Thường Định Bạch Xuân Phẻ hoan hỷ tận tụy dịch ra Anh ngữ để các bạn trẻ sanh ra và lớn lên ở Hải Ngoại có thể tham khảo tìm hiểu về các bậc tổ sư tiền bối.

Chính vì thế mà Hành Trạng Chư Tổ Thi Tập được ra mắt cùng chư độc giả bốn phương, ngõ hầu đáp đền tứ trọng thâm ân trong muôn một. Chúng con kính tri ân HT. Thích Nguyên Siêu đã từ bi hoan hỷ viết lời giới thiệu. Xin chân thành cảm ơn Huynh Trưởng Tâm Thường Định cũng đã hoan hỷ viết lời giới thiệu, chuyển lược tiểu sử chư tổ sang Anh ngữ. Chân thành cảm ơn Phật tử Quảng Pháp, Thiên Nhan, Nhuận Pháp đã hoan hỷ gia tâm thiết kế, trình bày.

Tu Viện An Lạc, California,
Tiết Thanh Minh-Ất Tỵ- 2025
Cẩn bút,
Thích Chúc Hiền

Lời Giới Thiệu

Thượng Tọa Thích Chúc Hiền là Tổng Vụ Trưởng Tổng Vụ Văn Hóa, Hội Đồng Điều Hành, Giáo Hội Phật Giáo Việt Nam Thống Nhất Hoa Kỳ. Thượng Tọa là một nhà thơ Đường luật còn sót lại trong thế hệ Tăng sĩ trẻ hôm nay. Tuổi trẻ mà thích thơ Đường luật mới là điều lạ. Điều lạ này đã chứng tỏ Thượng Tọa đam mê lặn lội, trầm mình trong thế giới văn học Thiền của các bậc Tổ đức thời xưa. Nhưng trước khi đam mê những thi kệ Thiền, hay gia tâm nghiên tầm Phật pháp để làm chất liệu mà tập thành những bài thơ Đường luật qua nhiều thể loại, thì Thượng Tọa đã nắm vững các luật tắc: bằng, trắc, niêm vận, cấu trúc, đối xứng... của những thể thơ thất ngôn bát cú, ngũ ngôn bát cú, thất ngôn tứ tuyệt, ngũ ngôn tứ tuyệt... Có nắm vững luật thơ Đường như thế thì mới hạ bút viết thành 126 bài thơ Đường trong Hành Trạng Chư Tổ Thi Tập. Đây là điều thật diễm phúc và hãnh diện trong nền văn học thi ca Phật Việt hiện đại, vì chư vị tiền nhân đã qua hết rồi, giờ chỉ còn hàng tử tôn có đủ thẩm quyền để thừa tiếp. May thay!

Chúng ta đọc vào Hành Trạng Chư Tổ Thi Tập gồm có 126 vị Thiền sư, Hòa thượng, Quốc sư, Đại sư, Đại sĩ, Cư sĩ... do vậy nên có một trăm hai mươi sáu bài thất ngôn bát cú, hay thất ngôn thập lục cú theo thể thơ Đường luật. Thi tập được viết qua ngôn ngữ Việt và có phần tiểu sử bằng Việt - Anh, do Tổng Vụ Văn Hóa, GHPGVNTNHK chủ trương và Phật Việt Tùng Thư lưu trữ.

Vào đầu thi tập là Thiền sư Khương Tăng Hội và cuối cùng là Hòa Thượng Hoàng Long. Nội dung ý chỉ cho giá trị tu chứng mà chư vị Tổ đức, Thiền sư một đời đã dày công tôi luyện để đạt thành Thánh giả mà Thượng Tọa đã cảm nhận được tinh thần và giá trị tu chứng thanh cao của ý vị Thiền giả, rồi phát tâm cúng dường để lưu truyền lại mãi đến mai sau. Đây là một công phu nghiên cứu có tầm cỡ văn học và mất rất nhiều thời gian. Người phải có tâm hồn tu tập, phải đam mê ý vị Thiền gia, hay thích vui chơi, bông đùa với nền văn học Thiền thì mới khế hợp được tần số của người chứng và người đam mê, để từ đó dệt thành thi tập bằng cả tâm huyết của tác giả.

Lần vào nội dung của một số bài mà Thượng Tọa đã trình bày, trước tiên chúng ta đọc bài số một, Thiền sư Khương Tăng Hội đến hai câu cuối:

"An Bang Thủ Ý Vui Nguồn Sống
Lục Độ Tập Kinh Tỏa Đức Hòa"

Lấy việc tu thân được an nhiên, gìn giữ hơi thở được chánh định, đó chính là đạo lý làm nguồn vui sống hằng ngày. Nguyện tu theo sáu pháp môn của Bồ Tát: bố thí, trì giới, tinh tấn, nhẫn nhục, thiền định, trí tuệ mà ban rải cái tánh đức tùy thuận khắp muôn nơi. Đây chính là tính chất tu tập của Thiền sư Khương Tăng Hội, mà trên dòng chảy của lịch sử Phật Giáo Việt Nam 2000 năm qua gọi ngài là Sơ Tổ Thiền Tông Việt Nam.

Rồi chậm rãi, từ từ lần vào các thi kệ khác, bài số 3: Thiền sư Thích Huệ Thắng:

"Ẩn cư vui với cảnh sơn lâm
Trì tụng Pháp Hoa thỏa trí tầm.
Giản dị ung dung trồng đạo nghiệp,
Thanh nhàn tự tại dưỡng nguồn ân"

Đọc vào bốn câu đầu, chúng ta thấy dáng dấp "hình tướng" và tinh thần "nội tâm" của người đạt đạo Thiền sao mà ung dung tự tại quá. Không phiền, không nhiệt, không bị quấy nhiễu bởi trần duyên. Thượng Tọa đã thừa hưởng được ý vị này mà đặt bút tả thành thơ:

"...sớm tối tham thiền hướng diệu tâm.
Nhật nguyệt thong dong du ngoại vật,
Đèn Thiền thắp sáng tỏa hương âm."

Rồi sao nữa, Thiền sư Pháp Thuận – vị Thiền sư đem đức độ tu tập và tài năng vốn có giúp vua giữ nước an dân, khuôn phò xã tắc. Đây chính là tinh thần nhập thế của đạo Phật, chứ không phải đi tu ở cửa Không rồi lánh xa trần duyên, thế sự. Như vậy, chúng ta hiểu Thiền là làm sạch lòng mình, Thiền là an lạc cho kẻ khác:

"Thiếu thời mộ Phật, thích tu thiền,
Long Thọ phù trì đắc pháp duyên.
Sấm ngữ phò vua muôn việc hợp,
Thơ văn ứng sứ vạn đời truyền."

Nơi đây, Thượng Tọa đã đề cập "Thơ văn ứng sứ vạn đời truyền." Chúng ta nhớ lại câu chuyện: trong khi chèo đò đưa sứ Tàu là Lý Giác về lại nước, Lý Giác thấy đôi ngỗng trắng bơi trên mặt nước xanh, tức cảnh sinh tình, Lý Giác làm thơ:

"Nga nga lưỡng nga nga
Ngưỡng diện hướng thiên nha."

Nguồn thơ tắt lịm, Lý Giác ngẩn ngơ. Trong khi sóng nước

hữu tình vẫn còn đó, chiếc dầm chèo đò vẫn đều đặn bơi thuyền đưa khách, Thiền sư thấy vậy thương tình giữa một nguồn thơ tắt lịm ấy, Thiền sư liền tiếp hai câu sau cho đủ bài ngũ ngôn tứ tuyệt:

"Bạch mao phô lục thủy,
Hồng trạo bãi thanh ba."

Tuyệt vời quá! Khâm phục quá! Lão chèo đò mà cũng biết làm thơ. Từ đây, ý vị này đã gieo vào lòng sứ Tàu một hình ảnh đẹp, một sự kính trọng rằng người dân Việt Nam ai cũng biết làm thơ như ông lão chèo đò này. Nhưng có ai hiểu rằng tinh thần tu tập phát nguyện độ sinh, hộ quốc hộ dân, hòa quang đồng trần hay thõng tay vào chợ của nhà Thiền đâu. Thượng Tọa khéo vận dụng lời thơ thích hợp cho tình cảnh này – thật quý kính cho nền văn học, thi ca hôm nay.

Còn quá nhiều chư vị Thiền sư tu chứng trên dòng chảy của Phật Giáo Việt Nam. Con đường của lịch đại Tổ sư đã lưu xuất bao nhiêu là hạnh nguyện độ đời, kham nhẫn để đóng góp công trình xây dựng ngôi nhà Phật Việt ngày thêm vững chắc. Dù cuộc đời có phong ba, bão táp, có nhiều chướng duyên ngăn ngại, nhưng Phật pháp là "chân thật bất hư."

Giá trị nhiệm màu này đã hiện thân qua chư vị Thiền sư như là: Thiền sư Vạn Hạnh, Thiền sư Đa Bảo, Thiền sư Mãn Giác, Thiền sư Minh Không, Thiền sư Không Lộ... Ni sư Tuệ Thông, Thiền sư Nguyên Thiều, Thiền sư Minh Hải Pháp Bảo, Thiền sư Liễu Quán... Thượng Tọa đã gia tâm nghiên tầm bối diệp một cách có hệ thống, nghiên cứu qua dòng Thiền của Phật Giáo Việt Nam để rồi hạ bút viết thành thi tập đóng góp cho nền văn học Phật Việt ngày một thêm phong phú.

Có thể nói, đây chính là thành quả của một thời tu tập bằng chí nguyện phụng sự để cúng dường một tri kiến lịch lãm cho toàn thể quý độc giả — nhất là những người có tâm hồn Thiền tập, lấy đó làm tiêu chí.

Thôi thì, chỉ nếm một giọt nước của đại dương đủ biết nước của bốn biển có vị mặn. Ngộ được một bài thi kệ Thiền của Thượng Tọa đủ biết giáo pháp có hương vị giải thoát. Mà trong 126 bài thơ Đường luật ấy, Thượng Tọa đã gởi gắm, nhắn nhủ bao nỗi niềm để diễn đạt tinh thần tu chứng của chư vị Thiền sư — làm quà cho quý thức giả để tâm nghiên tầm: Thiền là gì? Tu Thiền ra sao? Và chứng Thiền ra thế nào để làm chất liệu sống linh hoạt, thực tại minh nhiên cho bản thân mình hôm nay và mai sau.

San Diego, CA
Ngày 12 tháng 04 năm 2025
Chùa Long Sơn
Thích Nguyên Siêu

Hành Trạng Chư Tổ Thi Tập: Thơ và tâm hòa điệu trong dòng suối Thiền

Trong Văn học Phật giáo Việt Nam, có hai tác phẩm "Thiền Sư Việt Nam" của Hòa thượng Thích Thanh Từ và "Nghiên Cứu Về Thiền Uyển Tập Anh" của Lê Mạnh Thát, ta gặp lại mạch sống thiền học Việt Nam tựa một dòng sông chảy trầm lặng xuyên thời gian. Một bên là sự khắc họa hành trạng và tư tưởng của các bậc thiền sư, với lối văn súc tích, gợi mở hướng ứng dụng tinh thần thiền trong đời sống; một bên là công trình nghiên cứu công phu, phục dựng nhiều tư liệu quý về bối cảnh văn hóa, tư tưởng của nhiều vị Tổ sư.

Thượng tọa Thích Chúc Hiền nhận thấy sự hòa quyện trác tuyệt của hai tác phẩm này, hầu giúp người đọc thấu hiểu cội nguồn và di sản Phật giáo Việt Nam, đồng thời khám phá chiều sâu thiền quán ẩn tàng. Từ đó, Thầy đã dùng hai tư liệu quý ấy để phát triển thành những vần thơ trong sáng mang tên, Hành Trạng Chư Tổ Thi Tập. Nếu *Thiền Sư Việt Nam* khẳng định giá trị hiện tiền của Thiền tông, thì *Nghiên Cứu Về Thiền Uyển Tập Anh* lại soi sáng nền tảng lịch sử và ngữ văn, giúp ta thấu triệt căn tính thiền học khởi nguyên. Vì thế, Thầy đã công phu nghiên cứu, họa thơ viết lại công hạnh của các vị Tổ sư để cho người đọc dễ nhớ. Trong dòng thơ của Thầy, ta thấy mạch đạo không ngưng trệ ở quá khứ, mà luôn sẵn sàng hòa nhập vào hiện tại, gieo mầm cho tương lai, giúp cho Thiền tông Việt Nam nói riêng và Phật giáo Việt Nam nói chung tiếp tục tỏa sáng giữa thời cuộc nhiều biến động — qua từng thi kệ.

Bước vào *Hành Trạng Chư Tổ Thi Tập* của Thượng tọa Thích Chúc Hiền, chúng ta như lắng nghe từng tiếng chuông chùa ẩn hiện trong từng câu chữ. Mỗi bài thơ vang vọng âm hưởng huyền diệu từ tấm lòng tôn kính chư Tổ, mở ra một cõi an nhiên nơi sự tĩnh lặng có thể hóa giải vạn mối bận tâm. Giữa dòng đời xô bồ bong chen, tiếng thơ ấy thức tỉnh: khơi dậy niềm tri ân dành cho những ngọn đuốc soi đường trong Phật giáo Việt Nam.

Trong thơ Thầy, ta cảm nhận hương thiền thấm đượm qua mỗi vần, mỗi chữ. Thơ ở đây mang nét cổ điển nhưng không cũ kỹ, tựa như vầng trăng xưa vẫn tỏa sáng bầu trời nay. Thượng tọa khéo chọn thể thơ Đường luật để chuyên chở tinh thần "tôn sư trọng đạo," nhằm ca ngợi công đức chư lịch đại Tổ sư. Đan xen là cái mộc mạc đặc trưng của hồn Việt: bóng núi, sông trăng, cội mai già nơi sân chùa, tiếng mõ khuya, câu kinh tiếng kệ... Tất cả gói ghém thiền vị thật nhẹ nhàng, khiến người đọc như được sưởi ấm nơi cõi tâm vốn nhiều buồn vui bụi bặm.

Có thể nói, chúng ta đang bắt gặp Đạo trong thơ, gặp thơ trong Đạo. Trong *Hành Trạng Chư Tổ Thi Tập*, công hạnh của chư vị Tổ sư không chỉ hiện lên như những bài học lịch sử đơn thuần, mà còn lóe sáng "hạt châu trí tuệ," khiến ta chợt thấy cuộc đời trở nên đẹp hơn, đạo và đời hòa quyện hơn. Mỗi bài thơ tựa một khoảnh khắc giao cảm giữa tác giả với tâm Phật, giữa truyền thống và hiện đại, giữa cốt tủy thiền quán và niềm ước mơ bình dị của người Phật tử.

Tựa như mạch ngầm lặng lẽ giữa hai nhành trúc, thơ vẽ nên bức tranh vô ngôn về lòng kiên nhẫn, từ bi và ý chí thoát tục. Người đọc bất giác lắng lòng, cùng hít thở bầu không khí trong lành và tịch mịch thời hoàng kim Phật giáo Việt. *Phật pháp bất ly thế gian pháp*, nên ta cũng nhận ra chất Thiền dung hợp chất Đời trong thơ của Thượng tọa Thích Chúc Hiền. Bóng dáng chư Tổ Thiền cũng là bóng dáng những con người nhập thế: xây chùa, dựng tháp, an dân, trừ loạn... Trong tập thơ, hình ảnh chư Tổ không tách rời cõi trần thế tục, mà gần gũi vô cùng — việc Đời và việc Đạo quyện vào nhau thành một. Khi đọc, chúng ta vững tin: dẫu thời cuộc đảo điên, bản tâm thanh tịnh vẫn là chỗ nương tựa không lay chuyển cho tứ chúng.

"Ẩn cư vui với cảnh sơn lâm
Trì tụng Pháp Hoa thỏa chí tâm"

Cách viết của tác giả vừa kính ngưỡng vừa dung dị, làm rõ một truyền thống Phật giáo giàu tính nhân văn, gắn bó với dân tộc. Thầy mời gọi chúng ta hãy bước vào cõi tâm tĩnh lặng. Giữa muôn vàn bận rộn, tập thơ này như chén trà ấm nâng niu người hữu duyên. Mỗi bài là một lời nhắc nhẹ: "Tạm gác lo toan, lắng nghe tiếng gọi từ cội nguồn." Bởi tất cả giá trị mà chư Tổ vun đắp, tự ngàn xưa, đều hội tụ về một dòng suối duy nhất: suối nguồn tình thương và trí tuệ.

Đọc từng trang, ta nhận thấy mình được trở về: về với non xanh, mây trắng, về với nơi tâm có thể nở đóa sen vàng bình yên hi hữu. Thơ Thượng tọa Thích Chúc Hiền như bước thiền hành, nhẹ mà sâu, dẫn ta đến giây phút tỉnh thức: nhìn lại hành trạng tiền nhân, soi sáng hành trình hiện tại.

Hành Trạng Chư Tổ Thi Tập không chỉ là tập thơ ngợi ca đức hạnh chư Tổ, mà còn là một điểm tựa cho những ai khao khát ngọn đèn Thiền. Mạch thơ len lỏi vào ngóc ngách trái tim, nhóm lên ngọn lửa tri ân và báo ân, tình yêu thương và sự tinh tấn.

Điều đọng lại sau cùng mang hương vị giải thoát: ta nhận ra biết bao thế hệ Tổ Sư xưa đã dâng trọn đời mình cho đạo pháp, cho dân tộc, cho bốn tâm vô lượng. Ngày nay, qua ngôn từ của Thượng tọa, di sản ấy lại bừng sống. Ta cúi đầu trước chư Tổ và thầm nguyện duy trì ngọn đuốc tỉnh thức trong tim mỗi người.

Đọc *Hành Trạng Chư Tổ Thi Tập*, mong rằng ai nấy đều tìm thấy con đường an lạc riêng, để một sớm bình minh, cánh chim đời bay giữa bao la thiền cảnh — thong dong, nhẹ nhàng, đầy an lạc như nghe tiếng chim đang giảng Kinh Pháp Hoa.

Xin trân trọng giới thiệu!

Tâm Thường Định
Sacramento, tháng 3, 2025.

Hành Trạng Chư Tổ Thi Tập
Poetic Biographies of the Patriarchs: Poetry and Mind in Harmony in the Zen Stream

Within the landscape of Vietnamese Buddhist literature, we find two key works: "Thiền Sư Việt Nam" (Vietnamese Zen Masters) by the Most Venerable Thích Thanh Từ, and "Nghiên Cứu Về Thiền Uyển Tập Anh" (Research on Thiền Uyển Tập Anh) by Lê Mạnh Thát. In them, the living current of Vietnamese Zen tradition appears as an unbroken river meandering through time. One volume depicts the lives and perspectives of renowned Zen masters, providing succinct prose that suggests how to incorporate the Zen spirit into daily life. The other volume is a meticulous investigation that reconstructs invaluable records regarding the cultural and philosophical backgrounds of our ancient forebears.

Venerable Thích Chúc Hiền endeavors to elucidate the profound essence of Zen contemplation by enhancing readers' comprehension of the origins and legacy of Vietnamese Buddhism, as he recognizes the magnificent harmony of these two sources. Using these valuable resources, he transforms them into verses for his latest collection, "Hành Trạng Chư Tổ Thi Tập" The historical and linguistic foundations of Zen are illuminated by "Nghiên Cứu Về Thiền Uyển Tập Anh," while "Thiền Sư Việt Nam" affirms the ever-present value of Vietnamese Zen. This allows us to understand Zen's original character. The venerable was motivated to dedicate himself to the research and composition of poems that commemorate the virtues and labors of distinguished patriarchs, unifying them under the title "Hành Trạng Chư Tổ Thi Tập"

The Dharma's living flow is depicted in his poetic lines, which are perpetually receptive to the present and eager to cultivate seedlings for the future, ensuring that Vietnamese Buddhism continues to radiate through all of the world's upheavals. This radiance is evident in each stanza.

When one enters "Hành Trạng Chư Tổ Thi Tập" by Venerable Thích Chúc Hiền, it is as if the gentle chime of temple bells is concealed within each phrase. Each poem is imbued with a mystical undertone of profound reverence for the patriarchs, revealing a realm of tranquility in which the tranquility can alleviate a multitude of heartaches. These lines awaken us in the midst of the hustle and bustle of daily life, evoking gratitude for the guiding torches of Vietnamese Buddhism.

Every phrase in the Venerable's poetry is infused with "the

fragrance of Zen." These verses maintain a timeless form that never becomes outdated, akin to a primordial moon that illuminates the contemporary sky. He extols the meritorious deeds of patriarchs by skillfully employing regulated verse to transmit the spirit of "honoring our teachers and cherishing the Dharma." The rustic, quintessentially Vietnamese atmosphere is interwoven throughout: the woodblock's reverberation at dawn, the moonlit river, the lofty mountains, and the ancient plum tree in the temple courtyard. In a warm, unassuming style, all of them tenderly envelop the essence of Zen, allowing readers to experience a sense of tranquility in a realm that is frequently obscured by worldly concerns.

In reality, the Dharma is present in poetry, and poetry is present in the Dharma. The accomplishments of each progenitor in "Hành Trạng Chư Tổ Thi Tập I" are not only presented as historical teachings, but they also radiate like dazzling jewels of wisdom. Suddenly, we are exposed to a more radiant life, in which the sacred and the commonplace are inextricably intertwined. Each poem appears to be a moment of unity between the poet and the Buddha-heart, between tradition and modernity, and between the fundamental principles of Zen meditation and the modest aspirations of devoted devotees.

The poetry silently depicts the vow to transcend worldly concerns, compassion, and forbearance, much like a concealed current that threads between two bamboo branches. The serene ambiance of Vietnam's Buddhist golden era compels us to pause and take in the fresh air. Thích Chúc Hiền's verses also demonstrate how Zen is in alignment with daily life, despite the fact that Buddhist teachings are not distinct from the world. Likewise, the silhouette of Zen patriarchs symbolizes those who entered society, erecting temples, raising stūpas, guiding the populace, and dispelling adversity. The venerable patriarchs are depicted as close companions, rather than distant figures, in a harmonious union of secular pursuits and the Dharma. Upon reading, our emotions become more assured: our inherent peaceful mind is the most reliable refuge, regardless of the unforeseen twists and turns of events.

Reciting the Lotus Sūtra, content in each quest, Dwelling in tranquil isolation amid forested hills.

This writing, which is both simple and reverent, emphasizes a Vietnamese Buddhist legacy that is deeply rooted in the lives of the people and is rich in humanity. He tenderly invites us into a peaceful reflection space, where the poetry provides the comfort of a kindly cup of tea to those who are fortunate enough to imbibe, amidst the pressure of burdens from all directions. Each piece whispers a delicate invitation: "Set aside your concerns and listen to the voice that speaks of your true origins." The values that these patriarchs have instilled over the centuries have culminated in a single stream: that of wisdom and loving-kindness.

As we peruse each page, we detect a reorientation inward: a return to the verdant mountains, the drifting clouds, and the inner space where a tranquil lotus can blossom. The venerable Thích Chúc Hiền's poems unfold in a manner reminiscent of measured Zen steps, which are both light and penetrating. This leads to a moment of contemplation, an opportunity to reflect on the heroic legacy of our progenitors as we illuminate our own current journey.

"Hành Trạng Chư Tổ Thi Tập" is not merely a poetic tribute to the virtues of our patriarchs; it is also a haven for all who yearn for the illumination of Zen. The poetic flow tenderly traverses the concealed recesses of the heart, igniting the flames of gratitude, dedication, compassion, and resolve.

At the conclusion, the pleasant fragrance of liberation remains: the realization that innumerable patriarchs of the past dedicated the entirety of their lives to the Dharma, the nation, and the Four Immeasurable Minds. The Venerable's words have revived that heritage today. We discreetly pledge to maintain the flame of mindful awakening within our own souls as we bow before the patriarchs.

Immersing oneself in "Hành Trạng Chư Tổ Thi Tập," we hope each person discerns a personal path of inner peace, so that one dawn, the bird of life may soar across the expanse of Zen—unburdened, gently floating, and immersed in bliss, as if hearing birds softly intoning the Lotus Sūtra.

Respectfully presented!

Tâm Thường Định
Sacramento, March 2025.

1.
Thiền Sư Khương Tăng Hội

Mười tuổi không may mất mẹ cha
Cư tang hiếu kính vẹn tình nhà
Ân sâu dốc trả tâm quy đạo
Nghĩa nặng mong đền chí xuất gia
Phật pháp tinh thông an lạc hiện
Thiền kinh quảng lãm não phiền xa
An Ban Thủ Ý vui nguồn sống
Lục Độ Tập Kinh tỏa đức hòa.

Thiền sư Khương Tăng Hội (?–280)

Cha Sư là người nước Khương Cư, mẹ Sư là người Việt Nam. Không rõ Sư sinh năm nào, chỉ biết Sư sinh ra và lớn lên tại Giao Chỉ (Việt Nam). Từ nhỏ, Sư vốn thông minh, tính tình thuần hậu. Năm mười tuổi, cha mẹ qua đời. Sau khi cư tang cha mẹ, Sư xuất gia, siêng năng học kinh điển và sớm trở thành bậc nổi tiếng, thông thạo Tam tạng.

Niên hiệu Xích Ô (247), Sư sang Kiến Nghiệp (Trung Quốc) hoằng dương Phật pháp, phiên dịch kinh điển, hiển nhiều phép lạ nên được vua Ngô Tôn Quyền kính quý, cho dựng chùa Kiến Sơ và thỉnh Sư về trụ trì.

Thiền sư tịch năm Thiên Kỷ thứ 4 (280). Không rõ Sư thọ bao nhiêu tuổi.

Zen Master Khương Tăng Hội (?–280)

His mother was Vietnamese, and his father was from the Kingdom of Kangju (Khương Cư). The year of his birth is not specified in the records. We are only aware that he was born and nurtured in Giao

Chỉ, Vietnam. He was recognized for his compassionate character and intelligence from a tender age. Both parents went away at the age of ten. He entered the monastic life after observing mourning, dedicated himself to the scriptures, and quickly rose to prominence, becoming proficient in the Tripiṭaka.

He traveled to Jiàn Nghiệp (present-day China) during the Xích Ô era (247) to showcase a variety of remarkable feats, translate scriptures, and disseminate the Dharma. He was honored by King Sun Quan of Wu, who erected Jiàn Sơ Temple and extended an invitation to him to become an abbot.

In the fourth year of the Thiên Kỷ era (280), he passed away. The precise age at which he passed away remains uncertain.

2.
Thiền Sư Thích Đạo Thiền

Xuất gia lập hạnh giới tinh nghiêm
Pháp hóa cao thâm rạng ánh thiền
Dốc chí huân tu gương hạnh sáng
Bền tâm luyện tập đức hương thiêng
Kinh luân diễn giảng bày chân nghĩa
Luật tạng nghiên tầm hiển diệu duyên
Tăng tục kính quy nương học đạo
Tông phong vĩnh chấn trải tâm nguyền.

Thiền sư Thích Đạo Thiền (450–527)

Thiền sư Thích Đạo Thiền, người Giao Chỉ. Thuở nhỏ Sư xuất gia, nghiêm trì giới luật, sống đời thiểu dục tri túc, chuyên tâm tu hành, nghiên tầm kinh luật.

Niên hiệu Vĩnh Minh thứ 1 (483), Sư đến kinh đô, ở chùa Vân Cư Hạ (Chung Sơn), hướng dẫn chúng Tăng tu học. Niên hiệu Đại Thông thứ 1 (527), Sư viên tịch, thọ 70 tuổi.

Zen Master Thích Đạo Thiền (450–527)

Venerable Thích Đạo Thiền was a native of Giao Chỉ. He adopted the monastic lifestyle at a young age, adhered to the precepts with rigor, maintained a modest lifestyle, and devoted himself to the study and practice of both sūtras and vinaya.

He traveled to the imperial capital and resided at Vân Cư Hạ Temple in Zhongshan (Chung Sơn) during the first year of the Vĩnh Minh era (483), where he provided guidance to the Saṅgha. He died away at the age of seventy in the first year of Đại Thông (527).

3.
Thiền Sư Thích Huệ Thắng

Ẩn cư vui với cảnh sơn lâm
Trì tụng Pháp Hoa thỏa chí tầm
Giản dị ung dung trồng đạo nghiệp
Thanh nhàn tự tại dưỡng nguồn ân
Ngày đêm nhập định quy chơn trí
Sớm tối tham thiền hướng diệu tâm
Nhật nguyệt thong dong du ngoại vật
Đèn thiền thắp sáng tỏa hương âm.

Thiền sư Thích Huệ Thắng

Người Giao Chỉ, không rõ Sư sinh năm nào. Chỉ biết Sư ẩn tu tại chùa núi ở Tiên Châu, sống giản dị, chuyên thọ trì kinh Pháp Hoa, học pháp quán hạnh với Đạt Ma Đề Bà, mỗi lần nhập định một ngày một đêm. Sư được Thái thú Nam Hải là Lưu Tích hết lòng kính trọng, thỉnh Sư đến trụ tại chùa U Thê (Bành Thành, thuộc tỉnh Giang Tô, Trung Quốc).

Niên hiệu Vĩnh Minh thứ 5 (487), Sư đến trụ tại tịnh xá Diên Hiền, núi Khế Chung. Vào khoảng niên hiệu Thiên Giám (502–519), thời vua Lương Vũ Đế, Sư viên tịch, thọ 70 tuổi.

Most Venerable Thích Huệ Thắng

Although his birth year is not documented, he was born in Giao Chỉ. He is only known to have practiced in seclusion at a mountain temple in Tiên Châu, where he led a frugal existence and devoutly recited the Lotus Sūtra. He was instructed in contemplative practice by Dharma Master Đạt Ma Đề Bà, and he occasionally entered samādhi for an entire day and night. He was highly esteemed by the Prefect of Nanhai, Liu Tích, and was extended an invitation to reside at U Thê

Temple in Péngchéng (Jiangsu Province, China).

He relocated to the Diên Hiền Hermitage on Mount Khế Chung in the fifth year of the Vĩnh Minh era (487). He passed away at the age of seventy during the Liang Wudi reign, which occurred during the Thiên Giám era (502–519).

4.
Thiền Sư Tỳ Ni Đa Lưu Chi

Tham phương học đạo khắp sơn miền
Tây Trúc, Đông Nam gặp chướng duyên
Vũ Đế mê lầm toan diệt Phật
Lưu Chi ẩn nhẫn gắng tham thiền
Tư Không Tăng Xán truyền tâm diệu
Giao Chỉ Tỳ Ni xiển lẽ huyền
Suối đạo nguồn chân tuôn dõng xuất
Tượng Đầu Tinh Xá đượm kinh thiêng...!

Thiền sư Tỳ Ni Đa Lưu Chi (?–594)

Người Nam Thiên Trúc. Niên hiệu Tuyên Đế thứ 6 (574), Sư đến Trường An, gặp lúc Võ Đế diệt Phật, liền sang Hồ Nam, gặp Tổ Tăng Xán, cầu pháp an tâm. Tổ chỉ dạy Sư mau đến phương Nam. Niên hiệu Đại Tường thứ 2 (580), Sư đến Việt Nam, trụ tại chùa Pháp Vân. Niên hiệu Khai Hoàng thứ 4 (594), Sư viên tịch.

Zen Master Tỳ Ni Đa Lưu Chi (?–594)

He was born in Southern India (Nam Thiên Trúc). Master arrived in Chang'an during the sixth year of Emperor Xuān's reign (574), but he discovered that Emperor Wu was eradicated Buddhism. Consequently, he traveled to Hunan, where he encountered Patriarch Tăng Xán and sought guidance on how to calm the mind. He was instructed by the Patriarch to proceed south. He arrived in Vietnam in the second year of Đại Tường (580) and settled at Pháp Vân Temple. He entered nirvāṇa in the fourth year of Kaihuang (594).

5.
Thiền Sư Pháp Hiền

Pháp Vân cổ tự kết lương duyên
Học đạo huân tu nối mạch thiền
Vật ngã đều quên quy diệu tánh
Chim muôn thảy kính hướng an miền
Tiên Du giảng đạo khai nguồn sáng
Chúng Thiện tu hành mở suối thiêng
Tăng tục nơi nơi nương học pháp
Tông phong vực dậy rạng Nam thiên...!

Thiền sư Pháp Hiền (?–626, đời thứ 1, dòng Tỳ Ni Đa Lưu Chi)

Sư họ Đỗ, quê ở Sơn Tây, không rõ sinh năm nào. Sư xuất gia và thọ giới với Đại sư Quán Duyên (chùa Pháp Vân). Về sau, Sư đắc pháp với Tổ Tỳ Ni Đa Lưu Chi, được Tổ truyền tâm ấn. Niên hiệu Võ Đức thứ 9 (626), Sư viên tịch.

Zen Master Pháp Hiền (?–626, First Generation of Tỳ Ni Đa Lưu Chi's Lineage)

Master's secular appellation was Đỗ, though his birth year is undetermined. He was originally from Sơn Tây. He received ordination from Ven. Quán Duyên (Pháp Vân Temple) and accepted monastic vows. Subsequently, he received the mind-seal from Patriarch Tỳ Ni Đa Lưu Chi, thereby achieving the Dharma transmission. He passed away in the ninth year of Wǔdé (626).

6.
Thiền Sư Thanh Biện

Kim Cang tụng niệm suốt nhiều năm
Áo nghĩa chưa thông mờ mịt tâm
Một sớm tăng nhân nêu ý hỏi
Bao thu đạo nghiệp rõ phương tầm
Huệ Nghiêm tịch tịnh lan ân phước
Thiên Đức an yên diễn pháp âm
Thanh Biện thiền sư thừa ấn Tổ
Dựng xây Phật đạo chuyển duyên trần.

Thiền sư Thanh Biện (?–686, đời thứ 4, dòng thiền Tỳ Ni Đa Lưu Chi)

Sư họ Đỗ, quê ở Cảo Giao. Năm 12 tuổi, Sư xuất gia, theo tu học với Sư Pháp Đăng ở chùa Phổ Quang. Sư chuyên trì kinh Kim Cang, đắc pháp với Thiền sư Huệ Nghiêm ở chùa Sùng Nghiệp. Sau đó, Sư đến trụ trì chùa Kiến Dương (phủ Thiên Đức). Niên hiệu Thùy Cung thứ 2 (686), Sư viên tịch.

Zen Master Thanh Biện (?–686, Fourth Generation, Tỳ Ni Đa Lưu Chi)

His secular surname was Đỗ, and he was born in Cảo Giao. He ordained under Master Pháp Đăng at Phổ Quang Temple at the age of twelve, assiduously reciting the Vajracchedikā Sūtra. He subsequently achieved enlightenment under the guidance of Master Huệ Nghiêm at Sùng Nghiệp Temple and subsequently served as the abbot of Kiến Dương Temple in Thiên Đức Prefecture. He passed away in the second year of Thùy Cung (686).

7.
Thiền Sư Định Không

Thế số tinh thông, hợp lễ nghi
Người người ái mộ kính tâm quy
Nam Dương pháp hội thông nguồn chỉ
Cổ Pháp thiền môn mở suối bi
Pháp hóa hưng long quang rạng sáng
Tâm nguyền chí thiết đạo ngời huy
Quỳnh Lâm thịnh vượng soi kim cổ
Vạn thuở còn lưu sấm diệu kỳ...!

Thiền sư Định Không (730–808, đời thứ 8, dòng thiền Tỳ Ni Đa Lưu Chi)

Sư họ Nguyễn, quê ở Cổ Pháp, xuất thân gia thế danh gia. Một hôm, nghe pháp liền lãnh hội ý chỉ và phát tâm xuất gia. Vào niên hiệu Trinh Nguyên (785–808), Sư lập chùa Quỳnh Lâm. Sau Sư trụ tại chùa Thiền Chúng, làng Dịch Bảng, phủ Thiên Đức. Niên hiệu Nguyên Hòa thứ 3 (808), Sư an nhiên viên tịch, hưởng thọ 79 tuổi.

Zen Master Định Không (730–808, Eighth Generation, Tỳ Ni Đa Lưu Chi)

He was born into a distinguished family in Cổ Pháp and bore the secular surname Nguyễn. Following a sermon that reawakened him to fundamental principles, he resolved to pursue a monastic lifestyle. He established Quỳnh Lâm Temple during the Trinh Nguyên era (785–808). Subsequently, he resided at Thiên Chúng Temple in Dịch Bảng Village, Thiên Đức Prefecture. He peacefully entered nirvāṇa at the age of seventy-nine in the third year of Nguyên Hòa (808).

8.
Thiền Sư Vô Ngôn Thông

Điềm đạm vô ngôn lặng lẽ không
Siêng năng lễ Phật chẳng nề công
Thiền tăng gạn hỏi nhằm khai tuệ
Nhân giả suy tư cốt mở lòng
Bá Trượng tôn sư trao ấn chứng
Hòa An thạch trụ nối tông phong
An Nam diện vách vô âm tính
Thiền mạch uy linh khắp núi sông.

Thiền sư Vô Ngôn Thông (?–826) - Tổ khai sáng dòng thiền Vô Ngôn Thông.

Sư quê ở Quảng Châu, xuất gia tại chùa Song Lâm, Vũ Châu, đắc pháp với Thiền sư Bá Trượng. Niên hiệu Nguyên Hòa thứ 10 (820), Sư đến nước ta, trụ tại chùa Kiến Sơ (Bắc Ninh), dứt hết mọi duyên, quay mặt vào tường chuyên tâm tham thiền. Niên hiệu Bảo Lịch thứ 2 (826), Sư viên tịch.

Zen Master Vô Ngôn Thông (?–826) - He was the patriarch who founded the Vô Ngôn Thông Lineage.

He was born in Guangzhou and was ordained at Song Lâm Temple (Vũ Châu). He achieved the Dharma under the guidance of Master Bá Trượng. In the 10th year of Nguyên Hòa (820), he arrived in our country and resided at Kiến Sơ Temple (Bắc Ninh), where he meditated while facing the wall and severed his temporal concerns. He passed away in the second year of Bảo Lịch (826).

9.
Thiền Sư Cảm Thành

Kinh văn tụng niệm đức cao ngời
Hạnh nguyện huân tu vang khắp nơi
Họ Nguyễn phát tâm dâng cúng đất
Thần nhân ứng mộng mách khai lời
Thiền môn dựng lập tham sân cạn
Giáo pháp khai thông chướng nghiệp vơi
Suối ý thanh lương tâm địa tĩnh
Cảm Thành thiền tuệ chiếu muôn đời...!

Thiền sư Cảm Thành (?–860)

Sư quê ở Tiên Du, không rõ Sư xuất thế năm nào, dòng tộc gì. Sau khi xuất gia, Sư có hiệu là Lập Đức, trụ chùa Kiến Sơ, hằng ngày hầu cận Thiền sư Vô Ngôn Thông, được Thiền sư ban hiệu Cảm Thành và trao truyền tâm ấn. Niên hiệu Hàm Thông (860), Sư viên tịch.

Zen Master Cảm Thành (?–860)

He was born in Tiên Du, but there is no definitive information regarding his family history or birthdate. Initially, he assumed the ordination name Lập Đức at Kiến Sơ Temple and was profoundly committed to Master Vô Ngôn Thông. He received the name Cảm Thành and a mind-seal transmission at that location. He passed away during the Hàm Thông era (860).

10.
Thiền Sư Thiện Hội

Đông Lâm Phật tự kết ân duyên
Sơn thủy vân du học đạo huyền
Cật vấn kinh văn mong tuệ sáng
Cần cầu ý Tổ mở nguồn thiêng
Thời thời gần gũi chăm hầu Tổ
Khắc khắc tịnh tu thấu tỏ thiền
Một sớm ý mầu soi triệt cốt
Tức tâm tức Phật tức chân nguyên...!

Thiền sư Thiện Hội (?–900, đời thứ 2, dòng thiền Vô Ngôn Thông)

Sư quê ở Điền Lãnh, xuất gia với Sư Tiệm Nguyên tại chùa Đông Lâm, sau theo hầu và đắc pháp với Thiền sư Cảm Thành, được ban hiệu Thiện Hội. Sư trụ trì chùa Định Thiền ở Siêu Loại, hoằng truyền Tâm tông. Niên hiệu Quang Hóa thứ 3 (900), Sư viên tịch.

Zen Master Thiện Hội (?–900, Second Generation, Vô Ngôn Thông Lineage)

He was consecrated by Master Tiệm Nguyên at Đông Lâm Temple from Điền Lãnh. He later served Master Cảm Thành and was awarded the title Thiện Hội. He was the abbot of the Định Thiền Temple in Siêu Loại, where he advocated for the teaching of the mind (Tâm tông). He passed away in the third year of Quang Hóa (900).

11.
Thiền Sư La Quý

Thuở nhỏ vân du học đạo thiền
Nhiều năm chưa gặp được chơn duyên
Tâm tư muốn bỏ, Minh Sư hiện
Pháp hội khai thông, diệu tuệ truyền
Tỏ ngộ nguồn trong tường thật tánh
Liễu tri suối tịnh thấu huyền nguyên
Thừa đương Tổ nghiệp gìn ân đức
Sấm ký linh mầu ghi sử thiêng...!

Thiền sư La Quý (852–936, đời thứ 10, dòng Tỳ Ni Đa Lưu Chi)

Sư họ Đinh, xuất thế năm 852, quê ở An Chân. Sư xuất gia, tham học với nhiều bậc thầy nổi tiếng, về sau đắc pháp với Thiền sư Thông Thiện (chùa Thiện Chúng). Sư trụ tại chùa Song Lâm (phủ Thiên Đức). Niên hiệu Thanh Thái thứ 3 (936), Sư thu thần viên tịch.

Zen Master La Quý (852-936, Tenth Generation, Tỳ Ni Đa Lưu Chi)

He was born in 852 at An Chân and bore the surname Đinh. After his ordination, he pursued studies with numerous distinguished masters, ultimately attaining enlightenment under Master Thông Thiện at Thiện Chúng Temple. Subsequently, he established his residence at Song Lâm Temple in Thiên Đức Prefecture. He gathered his essential vitality and passed away in the third year of Thanh Thái (936).

12.
Thiền Sư Pháp Thuận

Thiếu thời mộ Phật, thích tu thiền
Long Thọ Phù Trì đắc pháp duyên
Sấm ngữ phò vua muôn việc hợp
Thơ văn ứng sứ vạn đời truyền
Thong dong độ khách xa trần cấu
Tự tại chèo thuyền hướng bến thiêng
Sử sách hằng ghi gương đức sáng
Cơ mầu vận nước thái bình yên...!

Thiền sư Pháp Thuận (914–990, đời thứ 10, dòng thiền Tỳ Ni Đa Lưu Chi)

Sư họ Đỗ, không rõ quê quán. Từ nhỏ xuất gia với Thiền sư Long Thọ Phù Trì. Sau khi đắc pháp, Sư thường nói lời nào cũng hợp với sấm ngữ, từng giúp vua soạn thảo văn kiện, thư từ ngoại giao. Có lần Sư cải trang làm người chèo đò đón sứ Lý Giác, ứng đối khéo léo khiến sứ khâm phục. Niên hiệu Hưng Thống thứ 2 (990), Sư viên tịch, thọ 76 tuổi.

Zen Master Pháp Thuận (914–990, Tenth Generation, Tỳ Ni Đa Lưu Chi)

He belonged to the Đỗ family; however, his place of origin remains uncertain. He was ordained by Ven. Long Thọ Phù Trì from a young age. He was recognized for his pronouncements that were consistent with prophetic verses after he achieved enlightenment, and he contributed to official documents and correspondence. He once received the envoy Lý Giác in disguise as a ferryman and astonished him with his witty repartee. He died away at the age of seventy-six in the second year of Hưng Thống (990).

13.
Thiền Sư Vân Phong

Mẫu thân trai giới dưỡng thai nhi
Sanh hạ hào quang chiếu diệu kỳ
Thiện Hội ân sư khai yếu chỉ
Vân Phong đệ tử tỏ huyền vi
Thiền tông pháp hóa hưng long thạnh
Phật đạo kinh truyền sáng rạng huy
Khai Quốc già lam ngời thạch trụ
Tông phong vĩnh chấn sử truyền ghi.

Thiền sư Vân Phong (?–956, đời thứ 3, dòng thiền Vô Ngôn Thông)

Sư họ Nguyễn, quê ở Từ Liêm, Vĩnh Khương, không rõ sinh năm nào. Khi sinh, có hào quang chiếu. Từ nhỏ Sư xuất gia, đắc pháp với Thiền sư Thiện Hội, trụ chùa Khai Quốc ở Thăng Long. Niên hiệu Hiền Đức thứ 3 (956), Sư viên tịch.

Zen Master Vân Phong (?–956, Third Generation, Vô Ngôn Thông Lineage)

He was from Từ Liêm, Vĩnh Khương, and bore the surname Nguyễn. The precise year of his birth is unknown; however, accounts suggest that an auspicious light was present during his birth. He pursued the monastic path from a young age and was aroused by Master Thiện Hội at Khai Quốc Temple in Thăng Long. He passed away in the third year of Hiền Đức (956).

14.
Thiền Sư Khuông Việt

Nghi dung đĩnh ngộ chí cao thâm
Thuở nhỏ theo Nho, lớn Phật tầm
Giáo pháp tinh thông khơi tuệ nguyện
Thiền kinh quảng lãm mở nguồn tâm
Vân Phong truyền giới trao đèn diệu
Khuông Việt phụng trì dưỡng bến an
Giúp nước phò vua nên nghiệp lớn
Thuận duyên thiền đạo rạng trời Nam...!

Đại sư Khuông Việt (933–1011, đời thứ 4, dòng thiền Vô Ngôn Thông)

Sư tên Ngô Chân Lưu, quê ở làng Cát Lợi, quận Thường Lạc. Dung mạo khôi ngô, tính tình điềm đạm, thuở nhỏ học Nho, lớn lên học Phật, thọ giáo và đắc pháp với Thiền sư Vân Phong (chùa Khai Quốc). Năm 40 tuổi, Sư nổi tiếng, được vua Đinh Tiên Hoàng thỉnh vào cung hỏi đạo, thấy Sư giỏi ứng đáp nên phong Tăng Thống. Ngày Rằm, niên hiệu Thuận Thiên (1011), Đại sư viên tịch, thọ 79 tuổi.

Great Master Khuông Việt (933–1011, Fourth Generation, Vô Ngôn Thông)

Ngô Chân Lưu, a native of Cát Lợi Village in Thường Lạc Prefecture, was endowed with a serene and remarkable demeanor. He initially studied Confucian texts in his youth before transitioning to Buddhism, where he received the Dharma from Master Vân Phong at Khai Quốc Temple. He achieved recognition at the age of forty, and King Đinh Tiên Hoàng extended an invitation to him to participate in a discourse at the palace. King Đinh Tiên Hoàng was impressed by his eloquence and bestowed upon him the title of Tăng Thống (Chief Monk). He passed away at the age of seventy-nine on the 15th day of Thuận Thiên (1011).

15.
Thiền Sư Ma Ha

Hán, Phạn làu thông nối nghiệp cha
Không may mắt bỗng bị mù lòa
Trưa chiều sám hối mong oan giải
Sớm tối trì kinh ước chướng qua
Rũ sạch tai ương ngời mắt sáng
Tiêu trừ ách nạn hiển tâm hòa
Ăn chay trì chú linh mầu nhiệm
Phổ độ quần mê vượt nẻo tà...!

Thiền sư Ma Ha (đời thứ 10, dòng thiền Tỳ Ni Đa Lưu Chi)

Sư người gốc Chiêm Thành, con ông Bối Đa; Sư thông cả Phạn ngữ và Hán ngữ. Năm 24 tuổi, trong một buổi giảng kinh, Sư thấy Hộ Pháp hiện hình quở, sau đó bị mù hai mắt. Nhờ chí thành sám hối, chuyên trì chú Đại Bi suốt ba năm miên mật, Sư được linh nghiệm, mắt sáng trở lại. Sư trụ chùa Khai Thiên ở phủ Thái Bình được sáu năm, rồi tung tích không rõ.

Zen Master Ma Ha (Tenth Generation, Tỳ Ni Đa Lưu Chi)

Bối Đa's offspring, who is proficient in both Sanskrit and Chinese, is originally from Champa. He encountered a Dharma Protector who reprimanded him while lecturing on the sūtras at the age of twenty-four. As a result, he experienced a loss of vision in both eyes. His vision was miraculously restored after three years of consistent chanting of the Great Compassion Mantra and genuine confession. His whereabouts are unclear after six years of serving as the head of Khai Thiên Temple in Thái Bình Prefecture.

16.
Thiền Ông Đạo Giả

Song Lâm cổ tự cảnh thanh bình
Sớm tối trưa chiều chuông vẳng thanh
Đạo Giả trang nghiêm hành diệu pháp
Thiền Ông tĩnh tại hướng huyền linh
Phù Ninh một thuở còn lưu dấu
Thiên Đức bao thu vẫn ngát tình
Đức hạnh tăng nhân ghi sử sách
Đèn thiền mãi sáng ánh quang minh.

Thiền sư Đạo Giả (902–979, đời thứ 11, dòng Tỳ Ni Đa Lưu Chi)

Sư họ Lữ, quê ở làng Cổ Pháp, xuất gia đắc pháp với Đinh Trưởng lão. Sau Sư trụ tại chùa Song Lâm, phủ Thiên Đức. Niên hiệu Thái Bình thứ 10 (979), Sư viên tịch, thọ 78 tuổi.

Zen Master Đạo Giả (902–979, Eleventh Generation, Tỳ Ni Đa Lưu Chi)

He was a member of the Lữ family in Cổ Pháp Village. He eventually resided at Song Lâm Temple (Thiên Đức Prefecture) after obtaining the Dharma from the Elder Đinh after ordination. He passed away at the age of seventy-eight in the tenth year of Thái Bình (979).

17.
Thiền Sư Sùng Phạm

Nước Nam Sùng Phạm bậc cao tăng
Tướng hảo tai dài phước thọ khang
Năm tháng tham phương học hạnh tổ
Đêm ngày hoằng hóa độ dương trần
Pháp Vân đạo nghiệp thiền hưng thạnh
Sùng Phạm sa môn đức rạng quang
Cảm hạnh gương ngời vua tán kệ
Sử vàng ghi dấu đấng chân nhân.

Thiền sư Sùng Phạm (1004–1087, đời thứ 11, dòng Tỳ Ni Đa Lưu Chi)

Sư họ Mâu, sinh năm 1004, có tướng hai tai dài chấm vai. Sau khi xuất gia, Sư tham vấn với Thiền sư Vô Ngại, đắc tâm ấn rồi sang Thiên Trúc cầu pháp 9 năm, sau trở về trụ chùa Pháp Vân, hoằng dương Phật pháp, học giả quy tụ rất đông. Vua Lê Đại Hành cũng đến tham học. Niên hiệu Quảng Hựu thứ 3 (1087), Sư viên tịch, thọ 84 tuổi.

Zen Master Sùng Phạm (Eleventh Generation, Tỳ Ni Đa Lưu Chi) (1004–1087)

His surname was Mâu, and he was born in 1004 with earlobes that extended to his shoulders. He trained under Vô Ngại upon entering monastic life, receiving the mind-seal, and subsequently spent nine years in India in search of additional Dharma. Upon his return, he assumed responsibility for the Pháp Vân Temple and actively advocated for Buddhism to numerous academicians. King Lê Đại Hành even visited the temple for consultation. He passed away at the age of eighty-four in the third year of Quang Hựu (1087).

18.
Thiền Sư Định Huệ

Sanh thời đảnh lễ đức Thiền Ông
Tổ ấn thừa đương quyết một lòng
Tấn đạo nghiêm thân truyền giáo pháp
Tu thiền nhập định xiển tông phong
Quang Hưng thạch trụ gương tâm sáng
Định Huệ thiền sư giới đức trong
Mọi nẻo đi về thơm suối đạo
An Trinh Thiên Đức ngất trời không...!

Thiền sư Định Huệ (đời thứ 12, dòng Tỳ Ni Đa Lưu Chi)

Sư họ Khúc, quê ở Cẩm Điền, Phong Châu, không rõ sinh và tịch năm nào. Chỉ biết Sư đắc pháp với Thiền sư Đạo Giả, trụ chùa Quang Hưng (phủ Thiên Đức), rồi truyền tâm ấn cho đệ tử Lâm Huệ Sanh.

Zen Master Định Huệ

(Twelfth Generation, Tỳ Ni Đa Lưu Chi) Surname Khúc, derived from Cẩm Điền (Phong Châu). The years of his birth and mortality are not documented. He was enlightened by Master Đạo Giả at Quang Hưng Temple (Thiên Đức Prefecture) and subsequently passed on the mind-seal to his disciple Lâm Huệ Sanh.

19.
Thiền Sư Vạn Hạnh

Thông minh mẫn tuệ thật phi thường
Bách luận nghiên tầm Tam học thông
Phú quý công danh xa lánh bỏ
Tổng trì đạo nghiệp quyết vun trồng
Siêng năng học hỏi tâm ngời sáng
Tinh tấn tu hành chí suốt trong
Sấm ngữ phò vua nên nghiệp lớn
Thơ văn tỏa sáng sử huyền trang...!

Thiền sư Vạn Hạnh (?–1018, đời thứ 12, dòng Tỳ Ni Đa Lưu Chi)

Sư họ Nguyễn, quê ở làng Cổ Pháp, không rõ sinh năm nào, chỉ biết Sư xuất thân trong gia đình nhiều đời theo Phật. 21 tuổi, Sư xuất gia học đạo với Thiền Ông Đạo Giả. Về sau, Sư trở thành thiền sư nổi tiếng về sấm ký, thường biết trước nhiều sự việc xảy ra đúng như lời Sư nói. Niên hiệu Thuận Thiên thứ 9 (1018), Sư viên tịch.

Zen Master Vạn Hạnh (?–1018, Twelfth Generation, Tỳ Ni Đa Lưu Chi)

He was born in Cổ Pháp Village to the Nguyễn family; however, his birth year remains unknown. He ordained under Master Đạo Giả at the age of twenty-one, and he is descended from a lineage that is profoundly rooted in Buddhism. He later became renowned for his ability to accurately foretell events and for his oracular verses. He passed away in the ninth year of Thuận Thiên (1018).

20.
Thiền Sư Đa Bảo

Khai Quốc già lam học đạo thiền
Căn cơ nhạy bén ngộ lương duyên
Tổ sư tán thán trao chơn ấn
Đệ tử tiêu dao hướng cội nguyên
Ngoại vật tùy phương bày pháp diệu
Nơi tâm thuận cảnh mở chương huyền
Kiến Sơ thạch trụ vua tham vấn
Thiền mạch châu lưu non nước yên...!

Thiền sư Đa Bảo (đời thứ 5, dòng thiền Vô Ngôn Thông)

Không rõ Sư họ gì, quê ở đâu, sinh và tịch năm nào. Chỉ biết Sư tham học với Đại sư Khuông Việt. Sau khi đắc pháp, Sư "tiêu dao ngoại vật," từng được vua Lý Thái Tổ triệu kiến hỏi đạo. Sư trụ ở chùa Kiến Sơ.

Zen Master Đa Bảo (Fifth Generation, Vô Ngôn Thông)

His secular name, birthplace, and dates of birth or death are uncertain. We are aware that he pursued his education under the tutelage of Great Master Khuông Việt. He "dwelt free of external concerns" after receiving enlightenment, was summoned by King Lý Thái Tổ for doctrinal consultation, and assumed residence at Kiến Sơ Temple.

21.
Thiền Sư Định Hương

Xuất gia thuở nhỏ học thiền tông
Chẳng nhọc hầu Thầy thỏa chí mong
Yếu chỉ thiền na thâm tỏ ngộ
Chơn tâm Phật tánh quảng khai thông
Ung dung trí sáng soi đèn tuệ
Lặng lẽ thân nhàn hiển tánh không
Thuyết kệ khuyên người duyên hạnh mãn
Điềm nhiên tĩnh tại tịch nhiên an!

Thiền sư Định Hương (?–1051, đời thứ 6, dòng thiền Vô Ngôn Thông)

Sư họ Lữ, quê ở Chu Minh. Xuất gia từ nhỏ, theo học với Thiền sư Đa Bảo 24 năm, thấu tỏ yếu chỉ thiền, rồi trụ ở chùa Cảm Ứng. Niên hiệu Sùng Hưng Đại Bảo thứ 3 (1051), Sư viên tịch.

Zen Master Định Hương (?–1051, Sixth Generation, Vô Ngôn Thông)

He was a member of the Lữ family, which was originally from Chu Minh. He led the Saṅgha at Cảm Ứng Temple after studying under Master Đa Bảo for twenty-four years, thoroughly assimilating Zen principles, after ordaining in youth. He went away in the third year of Sùng Hưng Đại Bảo (1051).

22.
Thiền Sư Thiền Lão

Kiến Sơ Phật tự dự tham thiền
Tỏ ngộ nguồn chơn thấu cội nguyên
Tổ ấn trùng quang tuôn suối pháp
Đức tâm tỏa sáng nhuận cơ duyên
Trùng Minh một thuở ngời soi nguyện
Thiên Phúc bao thu sáng rạng nguyền
Hoàng đế thân lâm tham kiến học
Hội đàm diệu kệ sáng trời thiêng...!

Thiền sư Thiền Lão (đời thứ 6, dòng thiền Vô Ngôn Thông)

Không rõ Sư sinh và tịch năm nào, họ gì, quê quán ở đâu. Chỉ biết Sư xuất gia, học đạo và tỏ ngộ yếu chỉ thiền với Thiền sư Đa Bảo ở chùa Kiến Sơ.

Zen Master Thiền Lão (Sixth Generation, Vô Ngôn Thông)

His familial name, homeland, and birth and death dates are unknown. Records suggest that he studied, took vows, and attained the essence of Zen under the guidance of Master Đa Bảo at Kiến Sơ Temple.

23.
Thiền Sư Thảo Đường

Thiền đường Tuyết Đậu ngộ cơ huyền
Vượt thoát mê mờ chuyển nghiệp duyên
Diệu pháp tinh thông truyền cửa khuyết[1]
Viên âm sáng tỏ giải ưu phiền
Nam thiên đạo mạch khơi nguồn sáng
Bắc Bộ tông phong trải suối thiêng
Khai Quốc già lam rền trống pháp
Thảo Đường phước huệ mãi lưu truyền..!

Thiền sư Thảo Đường

Tổ khai sáng dòng thiền Thảo Đường, không rõ Sư sinh và tịch năm nào.

Sư là người Trung Hoa, đệ tử Thiền sư Trùng Hiển, sang Chiêm Thành, sau được vua Lý Thánh Tông phong làm Quốc sư. Sư tịch năm 50 tuổi.

Zen Master Thảo Đường

The years of his birth and death are unknown; however, he established the Thảo Đường lineage.

He was born in China and was a student of Master Trùng Hiển. Subsequently, he traveled to Champa. The title of National Zen Master (Quốc sư) was bestowed upon him by King Lý Thánh Tông. At the age of fifty, he entered nirvāṇa.

---

[1] *Cửa khuyết:* còn gọi là cửa quyết, tức chỉ cửa ở cung vua.

24.
Thiền Sư Viên Chiếu

Thông minh hiếu học tánh ngoan hiền
Kính lễ Định Hương học đạo huyền
Viên Giác kinh trì thông pháp quán
Văn Thù mộng ứng mở cơ duyên
Ngữ ngôn tam muội thâm sâu ngộ
Tổ ấn tỳ ni khéo léo truyền
Ứng đối thiền thi siêu tuyệtdiệu
Cát Tường Thạch Trụ tỏa nguồn thiêng...!

Thiền sư Viên Chiếu (900–1090, đời thứ 7, dòng thiền Vô Ngôn Thông)

Sư họ Mai, tên Trực, quê ở Phước Đường, Long Đàm. Sư xuất gia, tu học với Thiền sư Định Hương, thường trì kinh Viên Giác, tinh thông pháp Tam Quán, khai sơn và trụ trì chùa Cát Tường. Niên hiệu Quang Hựu thứ 6 (1090), Sư viên tịch, thọ 91 tuổi (56 hạ lạp). Sư để lại nhiều tác phẩm giá trị, nổi bật là "Tham Đồ Hiển Quyết," cực kỳ xuất sắc, góp phần rạng rỡ nền văn học Thiền.

Zen Master Viên Chiếu (900–1090, Seventh Generation, Vô Ngôn Thông)

He was born in Phước Đường (Long Đàm) and was given the name Trực, with the surname Mai. He specialized in reciting the Śūraṅgama Sūtra, mastered the Threefold Contemplation, and founded or presided over Cát Tường Temple after being ordained under Master Định Hương. He went away at the age of ninety-one in the sixth year of Quang Hựu (1090), having completed fifty-six monastic retreats. He was a prolific author who left behind numerous significant works, including Tham Đồ Hiển Quyết, which further distinguished the Zen literary tradition.

25.
Thiền Sư Cứu Chỉ

Thiếu thời hiếu học, rộng nghiên tầm
Tam giáo am tường, Phật để tâm
Cảm Ứng thiền môn nương diệu pháp
Định Hương thạch trụ mở huyền âm
Khai thông đạo nhãn thừa đương ấn
Tỏ ngộ thiền cơ lễ tạ ân
Cứu Chỉ đầu đà gương đức sáng
Vua quan tăng tục mến thân gần..!

Thiền sư Cứu Chỉ (đời thứ 7, dòng thiền Vô Ngôn Thông)

Sư họ Đàm, quê ở phủ Chu Minh. Sư xuất gia tu học, đắc pháp với Trưởng lão Định Hương, trụ tại chùa Diên Linh. Đến niên hiệu Chương Thánh Gia Khánh, Sư viên tịch.

Zen Master Cứu Chỉ (Seventh Generation, Vô Ngôn Thông)

He was a member of the Đàm family from Chu Minh Prefecture and received the Dharma from Elder Định Hương. He was a resident of Diên Linh Temple. He passed away during the Chương Thánh Gia Khánh era.

26.
Thiền Sư Đạo Hạnh

Tánh tình hào hiệp chí ngời cao
Đèn sách đêm khuya học lẽ mầu
Túc trái oan gia nguyền chặt đứt
Chơn tâm mật pháp quyết tìm cầu
Tri Huyền yếu chỉ chưa thông hết
Sùng Phạm thiền cơ đạt ngộ sâu
Thấu triệt bản lai bày thật tướng
Thiền thi Thánh Đức sáng ngàn sau...!

Thiền sư Đạo Hạnh (?–1115, đời thứ 12, dòng Tỳ Ni Đa Lưu Chi)

Không rõ Sư sinh năm nào. Được biết Sư là con Tăng quan Đô Án Từ Vinh và bà Tăng thị. Sư xuất gia, tham học với Thiền sư Trí Hiền, đắc pháp với Thiền sư Sùng Phạm (chùa Pháp Vân). Sư trụ chùa Thiên Phúc ở núi Phật Tích (sau gọi chùa Thầy), và khai sơn chùa Láng. Năm 1115, Sư viên tịch, để lại toàn thân xá-lợi.

Zen Master Đạo Hạnh (?–1115, Twelfth Generation, Tỳ Ni Đa Lưu Chi)

The year of his birth is unknown. He was the firstborn of Lady Tăng Thị and Tăng Quan Đô Án Từ Vinh. He studied under Venerable Trí Hiền and attained the Dharma seal with Master Sùng Phạm at Pháp Vân Temple after taking monastic vows. He subsequently established Chùa Láng and presided over Thiên Phúc Temple on Mount Phật Tích (later known as Chùa Thầy). In 1115, he passed away, leaving behind his incorruptible body as a relic.

27.
Thiền Sư Bảo Tánh và Minh Tâm

Thuở nhỏ xuất gia học đạo thiền
Minh Tâm, Bảo Tánh tỏ huyền nguyên
Tùy phương giáo hóa khơi chơn tánh
Thuận cảnh truyền trao kết thiện duyên
Tụng niệm Pháp Hoa tinh tấn định
Hành trì Chánh Pháp siêng năng chuyên
Thái Tông trọng thỉnh trao hương pháp
Tam muội thần quang tỏa khắp miền...!

Thiền sư Bảo Tánh và Minh Tâm (?–1034, đời thứ 7, dòng thiền Vô Ngôn Thông)

Thiền sư Bảo Tánh họ Nghiêm, Thiền sư Minh Tâm họ Phạm, đều ở phủ Chu Minh.

Cả hai vị xuất gia, đắc tâm ấn với Trưởng lão Định Hương, trụ tại chùa... Niên hiệu Thiên Thành thứ 7 (1034), sau khi giảng kinh Pháp Hoa, hai vị nhập hỏa quang tam muội, viên tịch, để lại xá-lợi.

Zen Masters Bảo Tánh and Minh Tâm (?–1034, Seventh Generation, Vô Ngôn Thông)

Master Bảo Tánh was a member of the Nghiêm family, while Master Minh Tâm was a member of the Phạm family. Both originated from Chu Minh Prefecture.

They ordained, realized the mind-seal under Elder Định Hương, and likely resided at the same temple. In the seventh year of Thiên Thành (1034), after having expounded the Lotus Sūtra, both individuals simultaneously entered the samādhi of fiery manifestation and attained nirvāṇa, leaving behind relics.

28.
Thiền Sư Quảng Trí

Không ưa vẻ đẹp ở bề ngoài
Chí thích thanh cao tuệ nguyện soi
Tham vấn hương âm mong yếu chỉ
Khai thông đạo mạch nối thiền nôi
Miệt mài dốc chí nêu gương sáng
Giản dị tu tâm tỏa đức ngời
Công Bộ Thượng Thư[2] thâm kính trọng
Thơ đề tán thán vạn đời soi...!

Thiền sư Quảng Trí (đời thứ 7, dòng thiền Vô Ngôn Thông)

Sư họ Nhan, người ở kinh đô, xuất gia và đắc pháp với Thiền sư Thiền Lão. Sư viên tịch khoảng niên hiệu Quang Hựu (1085–1051).

Zen Master Quảng Trí (Seventh Generation, Vô Ngôn Thông)

He was born in the capital city and bore the surname Nhan. He was ordained and enlightened by Master Thiền Lão. He passed away during the Quang Hựu era (1085–1051).

---

[2] Công Bộ Thượng Thư Đoàn Văn Khâm. Có sách ghi Đoàn Văn Liễm (Như sách Nghiên Cứu Thiền Uyển Tập Anh của GS. Lê Mạnh Thát) rằng: "Sư quy tịch. Ông Liễm khóc than thảm thiết, rồi đi viếng bằng bài thơ:

Mán rừng đầu bạc lánh thành đô
Hương ngát non cao áo vẫy mờ
Những muốn khăn sống hầu chiếu giảng
Bỗng nghe cửa viện khép dày trơ
Sân chùa chim vắng trăng suông dõi
Tháp mộ minh ghi ai viết chừ
Bạn đạo thôi đừng buồn vĩnh biệt
Ngoài am non nước đó hình xưa."

29.
Thiền Sư Thuần Chân

Thông kinh bác sử tánh an bình
Quang Tịnh thiền môn tụng kệ kinh
Pháp Bảo ấn Sư khai mật ngữ
Thuần Chân đệ tử ngộ tâm minh
Mở tung cửa diệu hòa vô thể
Chuyển hết duyên mê dắt hữu tình
Thạch Trụ Hoa Quang ngời mắt tuệ
Tùy duyên thuyết pháp độ nhân sinh..!

Thiền sư Thuần Chân (?–1101, đời thứ 12, dòng Tỳ Ni Đa Lưu Chi)

Sư họ Đào, quê ở Cửu Ông, Tế Giang. Sư am tường kinh sử, xuất gia và được thiền sư Pháp Bảo truyền tâm ấn. Niên hiệu Long Phù (1101), Sư viên tịch.

Zen Master Thuần Chân (?–1101, Twelfth Generation, Tỳ Ni Đa Lưu Chi)

He belonged to the Đào family of Cửu Ông, Tế Giang. He was proficient in both Confucian and Buddhist texts, and after taking monastic vows, he received the mind-seal from Master Pháp Bảo. He passed away during the Long Phù era (1101).

30.
Thiền Sư Trì Bát

Thiếu thời mộ Phật học kinh thiền
Rời tục xuất gia tu học siêng
Sùng Phạm thầm khen trao ấn chứng
Pháp Vân mật nguyện tỏa hương nguyền
Du phương khắp chốn khơi nguồn tuệ
Hóa đạo cùng nơi độ chúng duyên
Chuyển kiếp trầm luân qua bến giác
Tổ Phong Thạch Trụ sáng trăng huyền...!

Thiền sư Trì Bát (?–1117, đời thứ 12, dòng Tỳ Ni Đa Lưu Chi)

Sư họ Vạn, quê ở Luy Lâu, xuất gia thọ Cụ túc giới với Thiền sư Sùng Phạm. Sau khi bổn sư viên tịch, Sư còn tham học với nhiều bậc cao đức khác. Niên hiệu Đại Tường Hội Khánh thứ 8 (1117), Sư viên tịch.

Meditation Master Trì Bát

He was a native of Luy Lâu and held the surname Vạn. Received comprehensive precepts and was ordained by Master Sùng Phạm. Following the passing of his mentor, he pursued guidance from a variety of distinguished educators. He passed away in the eighth year of Đại Tường Hội Khánh (1117).

31.
Thiền Sư Huệ Sinh

Tướng mạo khôi ngô biện luận tài
Thơ hay chữ đẹp vẽ rồng bay
Nho văn học hỏi lòng khao khát
Phật pháp nghiên tầm ý đắm say
Xả tục xuất gia chơn đạo hiển
Quy tâm dưỡng tánh diệu hoa bày
Hưng Quang một thuở trao hương ấn
Vạn Tuế thiền thi cao vút bay ...!

Thiền sư Huệ Sinh (?–1063, đời thứ 13, dòng thiền Tỳ Ni Đa Lưu Chi)

Sư họ Lâm, 19 tuổi xuất gia với Thiền sư Định Huệ. Được vua kính trọng, ban sắc trụ trì chùa Vạn Tuế ở Thăng Long. Sư viên tịch vào niên hiệu Chương Thánh Gia Khánh thứ 5 (1063).

Zen Master Huệ Sinh (?–1063, 13th Generation of the Tỳ Ni Đa Lưu Chi Lineage)

His secular surname remains obscure. He was ordained by Meditation Master Định Huệ at the age of nineteen. He was designated abbot of Vạn Tuế Temple in Thăng Long, where he was accorded the king's respect. In the fifth year of the Chương Thánh Gia Khánh era (1063), he passed away.

32.
Thiền Sư Ngộ Ấn

Hán, Phạn tinh thông chí thoát trần
Xuất gia học đạo nguyện chuyên cần
Pháp Hoa giáo nghĩa siêng cầu học
Viên Giác kinh văn nghiên cứu chăm
Nghĩa diệu am tường soi tuệ nhãn
Lý mầu tỏ ngộ mở từ tâm
Ninh Sơn Thiên Ứng kết am ở
Thiền mạch lưu thông độ chúng nhân...!

Thiền sư Ngộ Ấn (1019–1088, đời thứ 8, dòng thiền Vô Ngôn Thông)

Sư họ Đàm, tên Khí. Năm 19 tuổi, Sư xuất gia, thông thạo Hán ngữ và Phạn ngữ, chuyên học kinh Viên Giác và Pháp Hoa. Về sau, Sư được Thiền sư Quảng Trí truyền tâm ấn. Sư viên tịch vào niên hiệu Quang Hựu thứ 4 (1088), hưởng thọ 69 tuổi.

Zen Master Ngộ Ấn (1019–1088, 8th Generation of the Vô Ngôn Thông Lineage)

Khí was his personal name, and he was a member of the Đàm family. He became a monastic at the age of nineteen, and he specialized in the study of the Vajraśekhara Sūtra and the Lotus Sūtra, demonstrating proficiency in both Chinese and Sanskrit. Subsequently, he was granted the mind-seal (tâm ấn) by Master Quảng Trí. At the age of sixty-nine, he passed away in the fourth year of the Quang Hựu era (1088).

33.
Thiền Sư Mãn Giác

Học rộng hiểu nhiều Tam giáo thông
Thiền na cảm kích hướng chơn tông
Xuất gia học đạo hành chánh pháp
Giảng giải kinh văn mở sáng lòng
Chuyển hoá sầu đau hương diệu ngát
Vun trồng hạnh phúc đức huyền trong
Vua quan hoàng tộc thân lâm học
Tổ ấn xương minh rạng núi sông...!

Thiền sư Mãn Giác (1052–1096, đời thứ 8, dòng thiền Vô Ngôn Thông)

Sư họ Nguyễn, tên Trường, quê ở An Cách. Sư am hiểu Nho, Phật và Lão giáo, chuyên sâu nghiên cứu thiền học. Sau Sư xuất gia và đắc tâm ấn với Thiền sư Quảng Trí. Niên hiệu Hội Phong thứ 5 (1096), Sư ngồi kiết già, an nhiên viên tịch, thọ 45 tuổi, 19 hạ lạp. Sư để lại bài kệ "Cáo Tật Thị Chúng" rất nổi tiếng.

Zen Master Mãn Giác (1052–1096, 8th Generation of the Vô Ngôn Thông Lineage)

He was from An Cách and was a member of the Nguyễn family, with the given name Trường. He concentrated on the study of meditation, having been educated in Confucian, Buddhist, and Daoist teachings. He achieved mind-seal under the guidance of Master Quảng Trí following his ordination. He entered nirvāṇa peacefully at the age of forty-five in the 5th year of the Hội Phong era (1096) by sitting in full-lotus posture and participating in nineteen monastic retreats (hạ lạp). His renowned poetic verse "Cáo Tật Thị Chúng" is held in high regard.

34.
Quốc Sư Thông Biện

Thông minh Tam học thảy am tường
Viên Chiếu ân sư tham vấn nương
Yếu chỉ thiền na thầm lãnh hội
Huyền tâm thể tánh khéo thừa đương
Đối cơ ứng vật thông nguồn cảm
Gặp cảnh tùy thời mở suối thương
Pháp hỷ lan truyền ra mọi nẻo
Non sông cẩm tú đạo soi đường.

Quốc sư Thông Biện (?–1134, đời thứ 8, dòng thiền Vô Ngôn Thông)

Sư họ Ngô, quê ở Đan Phượng. Sư tham học và đắc yếu chỉ với Thiền sư Viên Chiếu. Được Thái hậu phong làm Quốc sư. Ngày Rằm, niên hiệu Thiên Chương Bảo Tự thứ 2 (1124), Sư viên tịch.

National Zen Master (Quốc sư) Thông Biện (?–1134, 8th Generation of the Vô Ngôn Thông Lineage)

He was a member of the Ngô family, which originated in Đan Phượng. He studied under Meditation Master Viên Chiếu and obtained fundamental teaching. Subsequently, the Empress Dowager bestowed upon him the title of Quốc sư (National Zen Master). He passed away on the 15th day of the 2nd year of Thiên Chương Bảo Tự (1124).

35.
Thiền Sư Bổn Tịch

Tư phong đĩnh ngộ vẻ phi thường
Học đạo nghiên tầm bối diệp chương
Đọc rộng kinh văn ngời ngọc tuệ
Nghe nhiều giáo nghĩa sáng tâm gương
Trang nghiêm giới đức tươi hoa hạnh
Thanh tịnh vườn thiền ngát sắc hương
Trống pháp rền vang tăng tục kính
Tông phong vĩnh chấn Phật soi đường.

Thiền sư Bổn Tịch (?–1140, đời thứ 13, dòng thiền Tỳ Ni Đa Lưu Chi)

Sư họ Nguyễn, quê ở Tây Kết. Sư xuất gia và đắc tâm ấn với Thiền sư Thuần Chân. Sư trụ trì chùa Chúc Thánh tại làng Nghĩa Trụ, làm rạng rỡ Thiền tông. Niên hiệu Thiệu Minh thứ 3 (1140), Sư viên tịch.

Zen Master Bổn Tịch (?–1140, 13th Generation of the Tỳ Ni Đa Lưu Chi Lineage)

He was born in Tây Kết and was of the Nguyễn family. He became a monk and received the mind-seal from Master Thuần Chân. Subsequently, he served as the head of Chúc Thánh Temple in Nghĩa Trụ Village, making a significant contribution to the development of Zen (Thiền). He passed away in the third year of Thiệu Minh (1140).

36.
Thiền Sư Thiền Nham

Tinh thần quắc thước giọng thanh trong
Dỗ thủ khoa thi nguyện ước tròn
Thành Đạo thiền môn tham vấn học
Pháp Y thạch trụ mở khai thông
Tinh nghiêm giới luật hoa từ nở
Thanh tịnh thân tâm đức tuệ trồng
Thiên Phúc chân tăng gương hạnh sáng
Sanh thời nhân thế ngợi khen dương...![3]

Thiền sư Thiền Nham (1093–1163, đời thứ 13, dòng thiền Tỳ Ni Đa Lưu Chi)

Sư họ Khương, tên Thông. Sư đỗ thủ khoa khoa Giáp Khoa. Sau Sư tìm đến tham vấn và đắc ý Thiền với Thiền sư Pháp Y, rồi xin xuất gia. Sư trụ trì chùa Thiên Phúc ở Tiên Du, giới đức tinh nghiêm, đời sống giản dị thanh tu. Đương thời, người gọi Sư là "Phật sống." Sư viên tịch vào niên hiệu Chính Long Bảo Ứng thứ 1 (1163), thọ 71 tuổi.

Zen Master Thiền Nham (1093–1163, 13th Generation of the Tỳ Ni Đa Lưu Chi Lineage)

Surname Khương, given name Thông. He successfully completed the First-Rank Examination. Subsequently, he sought guidance from Master Pháp Y and discovered awakening, which led him to request ordination. This was followed by his leadership of Thiên Phúc Temple

[3] Dân gian ngợi ca Ngài là "Phật sống."

in Tiên Du, which was characterized by a modest, contemplative lifestyle and strict discipline. At the age of seventy-one, he entered nirvāṇa in the first year of the Chính Long Bảo Ứng era (1163), and was reputedly referred to as a "Living Buddha" by His contemporaries.

37.
Thiền Sư Minh Không

Lục trí thần thông thấu đạt cùng
Ta Bà một thuở bước ung dung
Đồng thâu Tống quốc gom dường sạch
Tượng đúc Nam thiên tạc đã xong
Tứ khí linh mầu gìn hộ quốc
Bốn miền cẩm tú giữ an bang
Từ bi thần lực lừng vang tiếng
Trị bệnh cứu vua thoát hổ tròng.

Thiền sư Minh Không (1071–1141, đời thứ 13, dòng thiền Tỳ Ni Đa Lưu Chi)

Sư sinh năm Bính Thìn (1071), quê ở Nam Định, tên là Nguyễn Chí Thanh. Năm 29 tuổi, Sư cùng Thiền sư Đạo Hạnh và Thiền sư Giác Hải sang Tây Trúc học đạo, đắc lục trí thần. Sau, Sư về nước, lập chùa Diên Phước, chuyên trì chú Đại Bi, được nhiều linh nghiệm. Năm 1141, niên hiệu Đại Định thứ 2, Sư viên tịch, hưởng thọ 71 tuổi.

Zen Master Minh Không (1071–1141, 13th Generation of the Tỳ Ni Đa Lưu Chi Lineage)

In the year Bính Thìn (1071), he was born in Nam Định and was given the name Nguyễn Chí Thanh. He accompanied Meditation Masters Đạo Hạnh and Giác Hải on a journey to India (Tây Trúc) at the age of twenty-nine to study the Dharma, achieving the Six Super Knowledges (lục trí thần). Upon his return home, he established Diên Phước Temple and recited the Great Compassion Dharanī (Chú Đại Bi) with remarkable efficacy. In the second year of Đại Định, 1141, he passed away at the age of seventy-one.

38.
Thiền Sư Khánh Hỷ

Thiếu thời chay tịnh thỏa tâm nguyền
Bản Tịch theo nương học đạo thiền
Yếu chỉ chưa thông tham vấn hỏi
Thiền cơ chửa ngộ quyết tầm nghiên
Biện Tài mở lối khơi nguồn pháp
Khánh Hỷ thừa ân hướng cội nguyên
Sám hối hầu Thầy trình kiến giải
Vang danh đối đáp hợp cơ huyền.

Thiền sư Khánh Hỷ (1066–1142, đời thứ 14, dòng thiền Tỳ Ni Đa Lưu Chi)

Sư họ Nguyễn, quê ở Long Biên. Sư xuất gia, được trao tâm ấn bởi Thiền sư Bổn Tịch. Sau, Sư được vua Lý Thần Tông phong chức Tăng Thống. Năm Đại Định thứ 3 (1142), Sư viên tịch, thọ 76 tuổi.

Zen Master Khánh Hỷ (1066–1142, 14th Generation of the Tỳ Ni Đa Lưu Chi Lineage)

A member of the Nguyễn family, hailing from Long Biên. He was granted a mind-seal by Master Bổn Tịch subsequent to his ordination. Subsequently, he was designated as the Head of the Saṅgha (Tăng Thống) during the reign of Lý Thần Tông. He passed away at the age of seventy-six in the third year of Đại Định (1142).

39.
Thiền Sư Giới Không

Lúc nhỏ vui ưa Phật đạo thiền
Nguyên Hòa tự viện kết nhân duyên
Xuất gia thọ giới hầu Thầy học
Tấn đạo nghiêm thân cận pháp nguyền
Giản dị thanh tu nơi chốn vắng
Bình dân tịnh niệm ở am yên
Đầu đà mật hạnh vua quan kính
Tự tại ung dung thuyết pháp truyền.

Thiền sư Giới Không (đời thứ 15, dòng thiền Vô Ngôn Thông)

Sư tên Nguyễn Tuân, xuất gia, thọ Cụ Túc giới và đắc pháp với Thiền sư Quảng Phước ở chùa Nguyên Hòa. Về sau, Sư lập am riêng để chuyên thiền định. Rồi Sư hạ sơn đi khắp nơi hoằng hóa, có thời gian tĩnh tu hạnh Đầu-đà trong hang Thánh Chúa. Được vua Lý Thần Tông mời về trụ chùa Gia Lâm. Không rõ Sư viên tịch năm nào.

Zen Master Giới Không (15th Generation of the Vô Ngôn Thông Lineage)

He was ordained and received complete precepts (Cụ túc giới), and he was named Nguyễn Tuân. He received Dharma transmission from Master Quảng Phước at Nguyên Hòa Temple. He descended the mountain and traveled extensively to disseminate the Dharma after constructing a private shelter for intense meditation. While in the Thánh Chúa cave, he temporarily engaged in severe ascetic practices (hạnh Đầu-đà). He was subsequently extended an invitation by King Lý Thần Tông to reside at Gia Lâm Temple. The precise year of his passing is not documented.

40.
Thiền Sư Pháp Dung

Giọng thanh tướng tốt kệ kinh ngâm
Tăng Thống truyền trao ấn Tổ cầm
Sơn thủy ngao du hoằng chánh đạo
Già lam trú ngụ cứu mê nhân
Môn đồ đến học khai chơn tánh
Học chúng quay về mở diệu tâm
Khai Giác, Hương Nghiêm rền trống pháp
Đèn thiền rạng chiếu nước non an...!

Thiền sư Pháp Dung (?–1147, đời thứ 15, dòng thiền Tỳ Ni Đa Lưu Chi)

Sư họ Lê, quê ở Bối Lý. Sư xuất gia với Thiền sư Khánh Hỷ, được truyền tâm ấn. Về sau, Sư khai sơn chùa Hương Nghiêm tại Thanh Hóa. Ngày mùng 5 tháng Hai, niên hiệu Thiên Cảm Bảo Chí thứ 1 (1147), Sư viên tịch.

Zen Master Pháp Dung (?–1147, 15th Generation of the Tỳ Ni Đa Lưu Chi Lineage)

A member of the Lê family, originally from Bối Lý. He received the mind-seal and was ordained by Master Khánh Hỷ. Subsequently, he constructed the Hương Nghiêm Temple in Thanh Hóa. He entered nirvāṇa on the 5th day of the 2nd month in the 1st year of Thiên Cảm Bảo Chí (1147).

41.
Thiền Sư Không Lộ

Bỏ chài quy Phật hướng tu tâm
Thoát khổ sầu ưu thoát khổ trần
Chọn cảnh thanh u về tánh diệu
Xa bờ não chướng tỏ nguồn chân
Thần thông tự tại đi trên nước
Biến hóa thong dong lượn ở không
Cọp thấy cúi đầu, rồng nép phục
Ngôn Hoài thiền kệ rạng tông phong...!

Thiền sư Không Lộ (?–1119, Đời thứ 19, dòng thiền Vô Ngôn Thông)

Sư họ Dương, quê ở Hải Thanh. Sư xuất gia với Thiền sư Lôi Hà Trạch, sống giản dị, chuyên tu thiền định, đắc đạo và đắc thần thông. Niên hiệu Hội Tường Đại Khánh, Sư viên tịch, để lại bài kệ "Ngôn Hoài" nổi tiếng.

Zen Master Không Lộ (?–1119, 19th Generation, Vô Ngôn Thông Lineage)

He was originally from Hải Thanh and bore the surname Dương. He was ordained by Master Lôi Hà Trạch and lived a simple existence, dedicating himself to meditation. Eventually, he achieved realization and supernormal capabilities. He entered nirvāṇa during the Hội Tường Đại Khánh era, leaving behind the renowned verse "Ngôn Hoài."

42.
Thiền Sư Đạo Huệ

Tiếng trong tướng hảo vẻ thanh hiền
Mộ Phật theo Thầy học đạo thiền
Gạn hỏi huyền môn tâm tỏ rạng
Huân tu định tuệ giới trang nghiêm
Cỏ hoa đượm đức đơm chồi thắm
Khỉ vượn triêm ân thính pháp thiêng
Hạnh giải song hành rền cõi nước
Vua quan nể phục phước châu viên.

Thiền sư Đạo Huệ (?–1172, Đời thứ 9, dòng thiền Vô Ngôn Thông)

Sư họ Âu, người làng Như Nguyệt. Năm 25 tuổi, Sư xuất gia và đắc tâm ấn với Thiền sư Ngô Pháp Hóa ở chùa Phổ Minh. Sau đó Sư đến trụ chùa Quang Minh, huyện Tiên Du, sống nghiêm mật trong giới luật, chuyên tu thiền định. Vua Lý Anh Tông mời Sư về chùa Báo Thiên để hoằng hóa. Môn chúng tìm đến học rất đông. Niên hiệu Chính Long Bảo Ứng thứ 10 (1172), Sư viên tịch.

Zen Master Đạo Huệ (9th Generation, Vô Ngôn Thông Lineage,?–1172)

He was a member of the Âu family in Như Nguyệt Village. He entered the monastic life at the age of twenty-five and received the mind-seal from Master Ngô Pháp Hóa at Phổ Minh Temple. Subsequently, he relocated to Quang Minh Temple in Tiên Du District, where he assiduously practiced meditation and adhered to stringent precepts. He was invited by King Lý Anh Tông to reside at Báo Thiên Temple in order to spread the Dharma, which attracted a large number of disciples. He passed away in the tenth year of Chính Long Bảo Ứng (1172).

43.
Thiền Sư Bảo Giám

Thi, thơ, lễ, dịch thảy đều thông
Giản dị điềm nhiên tâm sáng trong
Bảo Phước già lam nương thọ học
Đa Vân Tổ ấn kế thừa đương
Tạng kinh tự chép trồng hương tuệ
Giáo pháp thân hành thắp ánh đăng
Áo mặc thô sơ, tơ chẳng dính
Siêng năng cần mẫn đạo soi lòng.

Thiền sư Bảo Giám (?–1173, Đời thứ 9, dòng thiền Vô Ngôn Thông)

Sư họ Kiều, quê ở làng Trung Thụy. Sư xuất gia, thọ giáo với Thiền sư Đa Vân tại chùa Bảo Phước. Sau khi Thiền sư Đa Vân viên tịch, Sư kế thế trụ trì chùa Bảo Phước, suốt đời sống giản dị, miên mật tu hành. Niên hiệu Chính Long Bảo Ứng thứ 11 (1173), Sư viên tịch.

Zen Master Bảo Giám (?–1173, 9th Generation, Vô Ngôn Thông Lineage)

He was from Trung Thụy Village and belonged to the Kiều family. He pursued his studies at Bảo Phước Temple under the tutelage of Master Đa Vân following his ordination. He succeeded Master Đa Vân as the abbot of Bảo Phước Temple after his death, and he maintained a modest, profoundly committed spiritual practice throughout his existence. He entered nirvāṇa in the 11th year of Chính Long Bảo Ứng (1173).

44.
Thiền Sư Bổn TịCh

Thiếu thời hiếu học tử sanh tường
Thấu tỏ nghĩa nhân sáng đức lương
Mãn Giác thiền sư trao ấn khả
Giáo Nguyên cửa đạo lắng trần vương
Bình Dương am cỏ tu thiền định
Quốc Bảo quan thần mến đức thương
Tự giác giác tha mong vẹn nguyện
Một đời đạo nghiệp sáng như gương.

Thiền sư Bổn Tịch (1100–1176, Đời thứ 9, dòng thiền Vô Ngôn Thông)

Sư họ Kiều, quê ở Phú Diễn, Vĩnh Khương. Sư xuất gia, đắc yếu chỉ thiền với Thiền sư Mãn Giác ở chùa Giáo Nguyên. Về sau, Sư đến trụ chùa Kiến An, dẫn dắt môn nhân tu học. Niên hiệu Trinh Phù thứ 1 (1176), Sư viên tịch, thọ 77 tuổi.

Zen Master Bổn Tịch (1100–1176, 9th Generation, Vô Ngôn Thông Lineage)

From Phú Diễn, Vĩnh Khương, he held the surname Kiều. He acquired the fundamental principles of Zen under the guidance of Master Mãn Giác at Giáo Nguyên Temple following his ordination. Subsequently, he served as the head of Kiến An Temple, where he provided guidance to numerous disciples. At seventy-seven years of age, he entered nirvāṇa in the first year of Trinh Phù (1176).

45.
Thiền Sư Trí Thiền

Tiến sĩ nên danh, mộ đạo thiền
Giới Không pháp tịch hội hiền duyên
Kim Cang kệ diệu bừng tâm tuệ
Pháp Phật kinh mầu chiếu cội nguyên
Thế phát xuất gia tâm ấn đắc
Tham thiền nhập định đức hương truyền
Từ Sơn hổ phục vâng lời dạy
Pháp hóa Phù Môn dậy núi thiêng...!

Thiền sư Trí Thiền (Đời thứ 16, dòng thiền Tỳ Ni Đa Lưu Chi)

Sư họ Lê, quê ở Phong Châu. Năm 27 tuổi, khi nghe Thiền sư Giới Không giảng kinh Kim Cang, bèn tỏ ngộ và xin xuất gia. Sau khi đắc tâm ấn, Sư vào núi Từ Sơn, miên mật tu hành, cảm hóa được thú rừng. Trải qua sáu năm tu ở núi Từ Sơn, Sư xuống núi lập am Phù Môn, thu nhận môn nhân, hoằng hóa rất hưng thịnh, vua quan đều mến mộ và đến học. Không rõ Sư viên tịch năm nào.

Zen Master Trí Thiền (16th Generation, Tỳ Ni Đa Lưu Chi Lineage)

He was from Phong Châu and was a member of the Lê family. He was awakened and requested ordination at the age of twenty-seven after hearing Master Giới Không lecture on the Diamond Sūtra. After obtaining the mind-seal, he reportedly retreated to Mount Từ Sơn for rigorous meditation, during which time he is said to have tamed wild creatures. He descended to establish Phù Môn Hermitage after spending six years there, where he successfully propagated the Dharma and welcomed disciples, earning the respect of both the court and officials. The date of his passing remains unknown.

46.
Thiền Sư Chân Không

Sử sách tinh thông chí thoát trần
Xuất gia học đạo dạo tòng lâm
Pháp Hoa Tịnh Lự bừng hoa giác
Đông Cứu Chân Không tỏ tuệ tâm
Tổ ấn thừa đương truyền mạch đạo
Thiền môn tu tạo xiển tông phong
Từ Sơn giới luật vang danh khắp
Hoàng đế, đại thần trọng kính dâng.

Thiền sư Chân Không (1045–1100, Đời thứ 16, dòng thiền Tỳ Ni Đa Lưu Chi)

Sư họ Vương, quê ở Tiên Du. Năm 15 tuổi, Sư đã thông suốt kinh sử; đến 20 tuổi xuất gia, nghe giảng kinh Pháp Hoa bèn tỏ ngộ, phát nguyện nhập thất 6 năm và được truyền tâm ấn. Về sau, Sư đến trác tích ở núi Từ Sơn, miên mật tu hành, nghiêm trì giới luật, danh tiếng vang xa. Vua Lý Nhân Tông xuống chiếu triệu vào cung để giảng kinh Pháp Hoa. Niên hiệu Hội Phong thứ 9 (1100), Sư viên tịch, thọ 55 tuổi.

Zen Master Chân Không (1045–1100, 16th Generation, Tỳ Ni Đa Lưu Chi Lineage)

He was a member of the Vương family and was born in Tiên Du. He was already proficient in Confucian classics at the age of fifteen. At twenty, he entered monastic life and, after hearing a Lotus Sūtra discourse, underwent a profound enlightenment. Subsequently, he resolved to devote six years to retreat and was granted the mind-seal. Subsequently, he established himself at Mount Từ Sơn and engaged in profound meditation, adhering to the precepts with utmost rigor, thereby achieving widespread recognition. King Lý Nhân Tông issued an edict directing him to the palace in order to clarify the Lotus Sūtra. He passed away at the age of fifty-five in the ninth year of the Hội Phong era (1100).

47.
Thiền Sư Đạo Lâm

Thiếu thời mến Phật mộ Không tông
Ý chí cao thâm nết hạnh trong
Tâm ấn Pháp Dung truyền đạo nghiệp
Đèn thiền Siêu Loại tỏa hương quang
Long Vân thạch trụ ngời trang đức
Long Phúc duyên thiền rạng ánh đăng
Pháp hóa châu viên tuôn suối diệu
Ung dung tĩnh tọa Niết Bàn an.

Thiền sư Đạo Lâm (?–1203, Đời thứ 16, dòng thiền Tỳ Ni Đa Lưu Chi)

Sư họ Tăng, quê ở Chu Diên, xuất gia và đắc pháp, được truyền tâm ấn bởi Thiền sư Pháp Dung ở chùa Hoa Nghiêm. Sau đó, Sư trụ trì chùa Long Vân, làng Siêu Loại, làm rạng rỡ tông môn. Niên hiệu Thiên Gia Bảo Hiệu thứ 2 (1203), Sư viên tịch.

Zen Master Đạo Lâm (?–1203, 16th Generation, Tỳ Ni Đa Lưu Chi Lineage)

He was born in Chu Diên and was given the surname Tăng. At Hoa Nghiêm Temple, he received the Dharma and mind-seal from Master Pháp Dung during his ordination. He subsequently served as the head of Long Vân Temple in Siêu Loại Village, which garnered significant respect for the lineage. He entered nirvāṇa in the second year of Thiên Gia Bảo Hiệu (1203).

48.
Ni Sư Diệu Nhân

Tâm tư thuần hậu nết đoan trang
Thủ tiết quy tâm hướng giác tràng
Xả bỏ tư trang hành bố thí
Tu trì giới định tập khinh an
Về nguồn đốn-tiệm đèn tâm tỏ
Thấu tánh tịnh-thiền đạo nghiệp toàn
Lặng lẽ ra ngoài danh sắc tướng
Diệu Nhân trải nghiệm rõ nguồn chân.

Ni sư Diệu Nhân (1041–1113, Đời thứ 17, dòng thiền Tỳ Ni Đa Lưu Chi)

Ni sư thọ Bồ-tát giới, học Tâm pháp với Thiền sư Chân Không, trụ trì chùa Hương Hải, nghiêm trì giới luật, chuyên tu thiền định. Niên hiệu Hội Tường Đại Khánh thứ 4 (1113), Ni sư viên tịch, thọ 72 tuổi.

Nun Diệu Nhân (1041–1113, 17th Generation, Tỳ Ni Đa Lưu Chi Lineage)

She was granted the full Bodhisattva precepts, studied the Mind-Dharma under Master Chân Không, served as the abbess of Hương Hải Temple, maintained discipline, and concentrated on meditative practice. She entered nirvāṇa at the age of seventy-two in the fourth year of Hội Tường Đại Khánh (1113).

49.
Thiền Sư Viên Học

Nội điển nghiên tầm, ngoại điển thông
Vừa nghe yếu chỉ bởi Chân Không
Tâm tư tỏ rạng thiền khai sáng
Ý chí tinh tường đạo thấu cùng
Áo nạp che thân hành chánh pháp
Cơm rau lót dạ xiển chân tông
Oai nghi tế hạnh gìn viên mãn
Viên Học một đời rạng ánh quang.

Thiền sư Viên Học (1073–1136, Đời thứ 17, dòng thiền Tỳ Ni Đa Lưu Chi)

Sư họ Hoàng, quê ở Như Nguyệt. Sư xuất gia tu học tại chùa Đại An Quốc, huyện Tế Giang, đắc pháp với Thiền sư Chân Không. Về sau, Sư trùng tu chùa Quốc Thanh. Niên hiệu Thiên Chương Bảo Tự thứ 4 (1136), Sư viên tịch, thọ 64 tuổi.

Zen Master Viên Học (1073–1136, 17th Generation, Tỳ Ni Đa Lưu Chi Lineage)

He was from Như Nguyệt and belonged to the Hoàng family. He obtained the Dharma under Master Chân Không after ordaining at Đại An Quốc Temple in Tế Giang District. He subsequently undertook the renovation of Quốc Thanh Temple. He died away at the age of sixty-four in the fourth year of Thiên Chương Bảo Tự (1136).

50.
Thiền Sư Tịnh Thiền

Long Vân cổ tự kết an yên
Tâm chí đêm ngày nhập đạo thiền
Tổ ấn thừa đương trồng cội đức
Thiền phong kế thế ngát hương liên
Lợi người sáu độ hoằng châu giới
Ích nước mười phương rưới pháp duyên
Thạch Trụ Long Hoa tăng tục hướng
Tịnh Thiền Toạ Chủ mở cơ huyền...!

Thiền sư Tịnh Thiền (1121–1193, Đời thứ 17, dòng thiền Tỳ Ni Đa Lưu Chi)

Sư họ Phí, quê ở Long Biên, xuất gia và đắc pháp với Thiền sư Đạo Lâm (chùa Long Vân). Sau đó, Sư trùng tu và trụ trì chùa Long Hoa. Niên hiệu Thiên Tư Gia Thụ thứ 8 (1193), Sư viên tịch, thọ 73 tuổi.

Zen Master Tịnh Thiền (1121–1193, 17th Generation, Tỳ Ni Đa Lưu Chi Lineage)

He carried the surname Phí, which originated in Long Biên. He entered monastic life and received the mind-seal from Master Đạo Lâm at Long Vân Temple. Later, he oversaw the renovation and leadership of Long Hoa Temple. He entered nirvāṇa at the age of seventy-three in the eighth year of Thiên Tư Gia Thụ (1193).

51.
Quốc Sư Viên Thông

Thông minh học hiểu tịnh đi đầu
Thuở nhỏ xuất gia chí nguyện cao
An Quốc thiền môn nương đức lớn
Viên Thông nhân giả dưỡng nguyền sâu
Ấn tâm Viên Học ngời soi tỏ
Tổ nghiệp Viên Thông rạng chiếu mầu
Tam giáo thủ khoa rền cõi nước
Minh quân quý kính kết tương giao.

Quốc sư Viên Thông (1038–1151, Đời thứ 18, dòng thiền Tỳ Ni Đa Lưu Chi)

Sư họ Nguyễn, quê ở Cổ Hiền (Nam Định). Sư xuất gia, thọ học và được truyền tâm ấn từ Thiền sư Viên Học (chùa An Quốc). Sư từng đỗ thủ khoa kỳ thi Tam Giáo (1097), được vua quan kính trọng và muốn giao phó việc triều chính, nhưng Sư từ chối. Vua còn ban chức Tăng Thống cho Sư. Năm Đại Định (1151), Sư viên tịch, thọ 72 tuổi, để lại nhiều tác phẩm giá trị như Chư Phật Tích Duyên (30 quyển), Hồng Chung Bi Ký, Tăng Gia Tạp Lục (50 quyển), Viên Thông Tập (hơn một nghìn bài thơ).

National Zen Master Viên Thông (1038–1151, 18th Generation of the Tỳ Ni Đa Lưu Chi Lineage)

He was a member of the Nguyễn family, which originated in Cổ Hiền, Nam Định. He studied and received the mind-seal from Master Viên Học at An Quốc Temple after entering monastic life. He achieved the highest rank (thủ khoa) in the Tam Giáo (Three Teachings) state examination in 1097, garnering the royal court's great respect and the intention to entrust him with governmental affairs. He declined these obligations and was awarded the title of Tăng Thống by the monarch. He passed away at the age of seventy-two in the Đại Định era (1151), leaving behind a plethora of influential works, such as Chư Phật Tích Duyên (30 volumes), Hồng Chung Bi Ký, Tăng Gia Tạp Lục (50 volumes), and Viên Thông Tập (more than a thousand compositions).

52.
Thiền Sư Giác Hải

Trần gian một thuở ruổi theo duyên
Tìm kế sanh nhai chốn nước-thuyền
Dứt bỏ dòng đời quy Phật đạo
Xa lìa cõi tục hướng thiền viên
Kinh mai mõ sớm khơi nguồn diệu
Kệ tối chuông chiều mở lẽ huyền
Hoàng đế triệu hầu khen kệ thưởng
Thần thông biến hóa rạng chơn nguyên.

Thiền sư Giác Hải (Đời thứ 10, dòng thiền Vô Ngôn Thông)

Sư họ Nguyễn, 25 tuổi xuất gia với Thiền sư Hà Trạch ở chùa Duyên Phước. Sau Sư đắc pháp với Thiền sư Không Lộ và trụ trì chùa Duyên Phước. Sư được vua Lý Nhân Tông quý trọng, tặng thơ và thường xa giá đến viếng. Hiện không rõ Sư viên tịch năm nào.

Zen Master Giác Hải (10th Generation, Vô Ngôn Thông Lineage)

He was born into the Nguyễn family and received his ordination at the age of twenty-five under the guidance of Master Hà Trạch at the Duyên Phước Temple. He subsequently became the abbot of Duyên Phước Temple after receiving enlightenment from Master Không Lộ. King Lý Nhân Tông often visited him, wrote poetry in his honor, and held him in high regard. The precise year of his demise is still unclear.

53.
Thiền Sư Tịnh Không

Xuất gia học đọc mở cơ huyền
Sùng Phước già lam thắp ánh thiêng
Kinh kệ sớm hôm nuôi chí nguyện
Mõ chuông năm tháng dưỡng tâm nguyền
Vân du hành cước tìm chơn đạo
Tĩnh tọa đầu đà hướng thiện nguyên
Đạo Huệ khai tâm truyền yếu chỉ
Tịnh Không tiếp nhận độ trần duyên.

Thiền sư Tịnh Không (?–1170, Đời thứ 10, dòng thiền Vô Ngôn Thông)

Sư họ Ngô, quê ở Phúc Xuyên. Sư xuất gia, thọ Tỳ-kheo giới tại viện Sùng Phúc. Khi 30 tuổi, Sư trụ trì chùa Khai Quốc, chuyên tu hạnh đầu-đà, mỗi khi nhập định có khi kéo dài nhiều ngày. Sau Sư đắc pháp với Thiền sư Đạo Huệ ở núi Tiên Du. Niên hiệu Chánh Long Bảo Ứng thứ 8 (1170), Sư viên tịch.

Zen Master Tịnh Không (?–1170, 10th Generation of the Vô Ngôn Thông Lineage)

He was a member of the Ngô family from Phúc Xuyên. He was ordained and received full monastic precepts at Sùng Phúc Hermitage. By the age of thirty, he had become the abbot of Khai Quốc Temple, where he specialized in austere dhutaṅga practices. For numerous days, he was capable of entering samādhi. Subsequently, he acquired the Dharma from Master Đạo Huệ at Mount Tiên Du. The eighth year of Chánh Long Bảo Ứng (1170) marked his passing.

54.
Thiền Sư Đại Xả

Thuở nhỏ nương Thầy nguyện xuất gia
Sớm hôm kinh kệ dưỡng tâm hoa
Hoa Nghiêm thần chú chuyên lòng tụng
Phật đạo hương thiền tịnh đức hòa
Gương hạnh sáng soi ngời chí nguyện
Lý mầu chiếu tỏa rực thiền na
Thiền thi lưu xuất trao huyền chỉ
Tổ ấn trùng quang rạng sơn hà.

Thiền sư Đại Xả (1120–1180, Đời thứ 10, dòng thiền Vô Ngôn Thông)

Sư quê ở Đông Tác (nay thuộc huyện Hoàng Long, Hà Đông), xuất gia tu học, ngộ yếu chỉ thiền với Thiền sư Đạo Huệ. Sư chuyên trì kinh Hoa Nghiêm và chú Phổ Hiền. Về sau, Sư lập chùa, đệ tử quy tụ rất đông. Niên hiệu Trinh Phù thứ 5 (1180), Sư viên tịch, thọ 61 tuổi.

Zen Master Đại Xả (1120–1180, 10th Generation of the Vô Ngôn Thông Lineage)

He was born in Đông Tác, which is now a part of Hoàng Long County, Hà Đông. He acquired the fundamental Zen teachings under the guidance of Master Đạo Huệ after ordaining for spiritual study. He later established his own temple, attracting a large following of disciples, concentrating on the recitation of the Avataṃsaka Sūtra (Kinh Hoa Nghiêm) and the Samantabhadra Dharanī (chú Phổ Hiền). He passed away at the age of sixty-one in the fifth year of Trinh Phù (1180).

55.
Thiền Sư Tín Học

Không thích giao du, quyết học thiền
Xuất gia chí nguyện gắng tinh chuyên
Tông phong yếu chỉ soi đèn tuệ
Pháp Phật nhiệm mầu chiếu cội nguyên
Tam quán ròng tu khơi bến giác
Lục thời thúc liễm hướng bờ thiêng
Công khanh sĩ thứ về nương học
Thiền mạch khai thông sáng đạo huyền.

Thiền sư Tín Học (?–1190, Đời thứ 10, dòng thiền Vô Ngôn Thông)

Sư họ Tô, quê ở Chu Minh, phủ Thiên Đức. Sư xuất gia với Thầy Thành Giới. Năm 32 tuổi, Sư yết kiến Thiền sư Đạo Huệ, đắc yếu chỉ thiền. Sau đó, Sư về trụ trì chùa Quán Đảnh, từng đốt ngón tay cúng dường Phật, chuyên tu Tam quán (theo kinh Viên Giác) và đắc chánh định. Đồ chúng đến học rất đông. Tháng Giêng, năm Thiên Tư Gia Thụy thứ 5 (1190), thời Lý Cao Tông, Sư viên tịch.

Zen Master Tín Học (?–1190, 10th Generation, Vô Ngôn Thông Lineage)

He was initially ordained under Venerable Thành Giới, as a member of the Tô family in Chu Minh, Thiên Đức Prefecture. He received the fundamental Zen teaching from Master Đạo Huệ at the age of thirty-two. He subsequently assumed the role of abbot at Quán Đảnh Temple, where he performed a form of body-offering by offering a finger to the Buddha by fire. He also assiduously exercised the Threefold Contemplation in accordance with the Śūraṅgama Sūtra, resulting in the attainment of right samādhi. Numerous disciples assembled to pursue his teachings. He passed away in the fifth year of Thiên Tư Gia Thụy (1190), during the reign of Lý Cao Tông.

56.
Thiền Sư Trường Nguyên

Xuất gia học đạo hướng chân miền
Đạo Huệ thầm trao ấn chứng thiền
Ẩn tích rừng sâu gìn Tổ ấn
Mai danh núi thẳm giữ tâm nguyền
Thanh nhàn năm tháng xa trần cấu
Lặng lẽ bốn mùa lánh thế duyên
Danh lợi chẳng màng vui nhật nguyệt
Một đời đạo nghiệp sáng chân nguyên.

Thiền sư Trường Nguyên (1110–1165, Đời thứ 10, dòng thiền Vô Ngôn Thông)

Sư họ Phan, quê ở Trường Nguyên. Sư xuất gia, học đạo với Thiền sư Đạo Huệ và được trao tâm ấn. Sau đó, Sư vào ẩn tu tại núi Từ Sơn. Vua Lý Anh Tông rất ái mộ, nhưng Sư suốt đời miên mật tu hành, không để lợi danh ràng buộc. Niên hiệu Chính Long Bảo Ứng thứ 3 (1165), Sư viên tịch, thọ 56 tuổi.

Zen Master Trường Nguyên (1110–1165, 10th Generation of the Vô Ngôn Thông Lineage)

He was from Trường Nguyên and was a member of the Phan family. He received the mind-seal after entering the monastic life and studying under Master Đạo Huệ. Subsequently, he pursued solitude on Mount Từ Sơn. Master Trường Nguyên persisted in sequestered practice, remaining undistracted by worldly prestige, despite the profound veneration that King Lý Anh Tông held him in. He passed away at the age of fifty-six in the third year of Chính Long Bảo Ứng (1165).

57.
Thiền Sư Tịnh Lực
(Bát vĩ đồng âm)

Thông minh thuở nhỏ, giỏi văn chương
Chữ tốt văn hay, nghệ thuật tường
Đạo Huệ minh sư trao ấn dưỡng
Vương Trì tịnh thất thệ thừa đương
Tụng kinh sám hối tiêu tai chướng
Niệm Phật tham thiền gạn não vương
Thuyết pháp độ sanh lòng vô lượng
Một đời đạo nghiệp sáng như gương.

Thiền sư Tịnh Lực (1112–1175, Đời thứ 10, dòng thiền Vô Ngôn Thông)

Sư họ Ngô, quê ở Cát Lăng, Vũ Bình. Sư xuất gia tu học, được Thiền sư Đạo Huệ (chùa Long Vân) trao tâm ấn. Vâng lời Thiền sư Đạo Huệ, Sư đến trác tích tại Vũ Ninh, dựng am miên mật lễ Phật, sám hối, và niệm Phật tam-muội. Niên hiệu Thiên Cảm Chí Bảo thứ 2 (1175), Sư viên tịch, thọ 64 tuổi.

Zen Master Tịnh Lực (1112–1175, 10th Generation of the Vô Ngôn Thông Lineage)

He was born into the Ngô family in Cát Lăng, Vũ Bình, and he was ordained to study after receiving transmission from Master Đạo Huệ (Long Vân Temple). He traveled to Vũ Ninh in compliance with the directives of Master Đạo Huệ, where he constructed a meditation hermitage to venerate the Buddha, practice contrition, and cultivate the niệm Phật samādhi. He passed away at the age of sixty-four in the second year of Thiên Cảm Chí Bảo (1175).

58.
Thiền Sư Trí Bảo

Thanh Tước già lam hướng đạo thiền
Xuất gia tu học hạnh tinh chuyên
Áo thô thường mặc không thay đổi
Cơm hẩm hằng dùng chẳng ngại phiền
Thân thể ốm o tâm vững chãi
Tay chân chai cóp chí trung chuyên
Tạo phước bắt cầu xây tháp viện
Nương nhờ Đạo Huệ mở cơ huyền.
Cơ huyền tỏa sáng hướng sơn lâm
Hoằng pháp độ sanh xiển diệu tâm
Tri túc an tường thân nhẹ khỏe
Tinh cần tĩnh tại trí thanh trong
Thương người chỉ dạy nuôi âm đức
Giúp vật tu trì dưỡng nghĩa ân
Pháp hóa châu viên truyền kệ diệu
Thâu thần viên tịch rạng chân tăng.

Thiền sư Trí Bảo (?–1190, Đời thứ 10, dòng thiền Vô Ngôn Thông)

Sư họ Nguyễn, quê ở Vĩnh Khương, là cậu ruột của Tô Hiến Thành. Sư xuất gia, sống giản dị, dốc lòng tu tập. Về sau, Sư được Thiền sư Đại Huệ khai thị, liền tỏ ngộ. Niên hiệu Thiên Tư Gia Thụy (1190), Sư viên tịch.

Zen Meditation Master Trí Bảo (?–1190, 10th Generation, Vô Ngôn Thông Lineage)

He was an uncle of Tô Hiến Thành and a member of the Nguyễn family from Vĩnh Khương. He eventually achieved enlightenment under the tutelage of Master Đại Huệ, despite leading a humble and devoted monastic existence. He passed away during the Thiên Tư Gia Thụy era (1190).

59.
Thiền Sư Nguyên Học

Mật Nghiêm cổ tự dưỡng nguồn thiêng
Viên Trí thầm trao yếu chỉ huyền
Ẩn núi xa trần tu phạm hạnh
Nhập thiền ở định quán nhân duyên
Đà-ni mật ngữ trì miên mật
Thần chú chơn ngôn niệm chú chuyên
Ứng nghiệm linh mầu vua kính trọng
Chân tăng công hạnh tuệ châu viên.

Thiền sư Nguyên Học (?–1174, Đời thứ 10, dòng thiền Vô Ngôn Thông)

Sư họ Nguyễn, quê ở Phù Cầm, xuất gia tu học, đắc pháp với Thiền sư Viên Trí (chùa Mật Nghiêm). Sư có năng lực trị bệnh, cầu mưa rất linh ứng, được vua Lý Anh Tông tin trọng. Về sau, Sư trụ trì chùa Quảng Báo tại làng Chân Hộ, Như Nguyệt, đệ tử tấp nập theo học. Niên hiệu Thiên Cảm Chí Bảo đầu tiên (1174), Sư viên tịch.

Zen Master Nguyên Học (?–1174, 10th Generation, Vô Ngôn Thông Lineage)

He was born in Phù Cầm and was of the Nguyễn family. He was ordained and achieved the Dharma under the guidance of Master Viên Trí at the Mật Nghiêm Temple. He gained the profound trust of King Lý Anh Tông due to his exceptional abilities in petitioning for rain and healing. Subsequently, he served as the head of Quảng Báo Temple in Chân Hộ Village, Như Nguyệt, where he garnered a significant following. He passed away in the first year of Thiên Cảm Chí Bảo (1174).

60.
Thiền Sư Minh Trí

Thông minh đọc khắp sách ngoài đời
Lúc trẻ nương theo Đạo Huệ sư
Xả tục xuất gia thông yếu chỉ
Tham thiền học đạo tỏ chơn như
Nhân Vương, Viên Giác thông huyền nghĩa
Ngữ Lục, Truyền Đăng ngộ diệu cơ
Phúc Thánh thiền thi ngời đạo nghiệp
Nguồn ân thắp sáng sạch mê mờ.

Thiền sư Minh Trí (?–1196, Đời thứ 10, dòng thiền Vô Ngôn Thông)

Sư họ Tô, quê ở Phù Cầm, xuất gia và đắc pháp với Thiền sư Đạo Huệ. Được vua ban hiệu Minh Trí. Về sau, Sư trụ trì chùa Phúc Thánh, đệ tử theo học rất đông. Niên hiệu Thiên Tư Gia Thụy thứ 11 (1196), Sư viên tịch.

Zen Master Minh Trí (?–1196, 10th Generation, Vô Ngôn Thông Lineage)

He was a member of the Tô family from Phù Cầm and received the Dharma from Master Đạo Huệ. The title "Minh Trí" was bestowed upon him by the monarch. He subsequently assumed the role of abbot at Phúc Thánh Temple, where a large number of disciples gathered to pursue their studies. He passed away in the eleventh year of Thiên Tư Gia Thụy (1196).

61.
Thiền Sư Tịnh Giới

Tánh tình thuần hậu nhỏ theo Nho
Bệnh nặng mộng thần mang thuốc cho
Tỉnh giấc bệnh lành xa cõi tục
Xuất gia tâm tốt lánh đời mơ
Viên Minh cổ tự ngời trăng sáng
Tịnh Giới tăng nhân sạch lối mờ
Bảo Giác minh sư trao ấn chứng
Quốc Thanh tịnh viện ứng thiền thơ
Thiền thơ thắp sáng rạng gương tâm
Tiếp độ môn sinh dậy pháp âm
Cửa đạo thanh bình soi ánh tuệ
Thiền môn hưng thạnh tỏa nguồn ân
Đêm ngày vững chãi vun bồi đức
Năm tháng tinh cần giáo hóa nhân
Bến giác rừng thiền hoa đạo nở
Một đời đạo nghiệp tỏa hương quang.

Thiền sư Tịnh Giới (?–1207, Đời thứ 10, dòng thiền Vô Ngôn Thông)

Sư họ Chu, quê ở làng Giang Mão(?). Năm 26 tuổi, Sư xuất gia, thọ Tỳ-kheo giới, chuyên nghiên cứu luật tạng, đắc pháp với Thiền sư Bảo Giác (chùa Viên Minh). Sau, Sư trụ trì chùa Quốc Thanh, thực hành hạnh đầu-đà, rồi trùng tu và trụ chùa Quang Thánh, môn chúng theo học rất đông. Niên hiệu Trị Bình Long Ứng thứ 3 (1207), Sư viên tịch, không rõ thọ bao nhiêu tuổi.

Zen Master Tịnh Giới (?–1207, 10th Generation, Vô Ngôn Thông Lineage)

Possibly from Giang Mão Village, he was a member of the Chu dynasty. He entered the monastic life at the age of twenty-six, receiving the full bhikṣu precepts and dedicating himself to Vinaya studies. He acquired the Dharma under the guidance of Master Bảo Giác at the Viên Minh Temple. Subsequently, he assumed the leadership of Quốc Thanh Temple, where he implemented austere dhutaṅga. He subsequently reestablished Quang Thánh Temple, where a large number of students convened. He passed away in the third year of Trị Bình Long Ứng (1207). However, his precise age has yet to be verified.

62.
Thiền Sư Quảng Nghiêm

Hành cước khắp nơi chẳng ngại phiền
Trí Thiền thạch trụ mở nguồn thiêng
Lắng nghe diệu pháp bày chân tướng
Thấu hiểu huyền âm tỏ đạo nguyên
Quả Tịnh già lam khai ấn giáo
Quảng Nghiêm pháp hóa khuyến ân truyền
Tăng nhân một thuở lưu trang sử
Đạo mạch tuôn trào đức hạnh viên
Hạnh viên trí sáng tỏa muôn nơi
Tự tại ung dung giữa chợ đời
Chẳng vướng lợi danh vui tấc dạ
Không màng tài lộc vượt trùng khơi
Dong thuyền Bát Nhã du ba cõi
Mở cửa Từ Bi độ bốn loài
Nhân ngã thị phi đều rũ sạch
Đức hiền tỏa sáng vạn đời soi...

Thiền sư Quảng Nghiêm (1121–1190, Đời thứ 11, dòng thiền Vô Ngôn Thông)

Sư họ Nguyễn, quê ở Đan Phượng, xuất gia với Thiền sư Bảo Nhạc. Sau, Sư đắc pháp với Thiền sư Trí Thiền ở chùa Phúc Thánh. Niên hiệu Thiên Tư Gia Thụy thứ 5 (1190), Sư viên tịch, thọ 69 tuổi. Trước lúc viên tịch, Sư để lại một bài kệ rất hay.

Zen Master Quảng Nghiêm (1121–1190, 11th Generation, Vô Ngôn Thông Lineage) was a member of the Nguyễn family, originally from Đan Phượng. He was ordained by Master Bảo Nhạc. He subsequently achieved enlightenment with Master Trí Thiền at the Phúc Thánh

Temple. He departed this existence at the age of sixty-nine in the fifth year of Thiên Tư Gia Thụy (1190). Shortly prior to his death, he penned a profound poem.

63.
Thiền Sư Thường Chiếu

Thoát tục từ quan nguyện xuất gia
Ngày đêm tinh tấn học Phật Đà
Quảng Nghiêm thạch trụ khai phương hạnh
Tịnh Quả phù đồ niệm Pháp Hoa
Đạo nghiệp minh sư thừa ấn giáo
Đèn thiền chánh đạo trải ân hòa
Lục Tổ hương nguyền khơi suối tịnh
Tông phong sáng tỏ vạn đời ca
Đời ca đức sáng trải hương truyền
Hóa độ nhân sanh kết thắng duyên
Bỏ ác làm lành vun cội phước
Trừ tà hiển chánh tỏa tâm thiền
Đạo nhân sớm tối quy bờ giác
Thiền mạch đêm ngày tuôn suối thiêng
Kim cổ lưu truyền gương hạnh sáng
Để đời mãi đẹp tuệ châu viên.

Thiền sư Thường Chiếu (?–1203, Đời thứ 12, dòng thiền Vô Ngôn Thông)

Sư họ Phạm, quê ở Ninh Phù. Trước đây, Sư làm quan rồi từ quan xuất gia tu học, đắc pháp với Thiền sư Quảng Nghiêm. Về sau, Sư trụ trì chùa Lục Tổ (phủ Thiên Đức), đồ chúng đến học rất đông. Niên hiệu Thiên Gia Bảo Hựu thứ 5 (1203), Sư viên tịch, để lại nhiều thi kệ xuất sắc, cùng 2 tác phẩm giá trị: Thích Đạo Khoa Giáo (1 quyển), Nam Tông Tự Pháp Đồ (1 quyển).

Zen Master Thường Chiếu (12th Generation, Vô Ngôn Thông Lineage,?–1203)

His surname was Phạm, and he was from Ninh Phù. He relinquished his governmental function to ordain and train under Master Quảng Nghiêm, after previously serving as an official. Later, he was appointed as the abbot of Lục Tổ Temple in Thiên Đức Prefecture, where he attracted a large number of disciples. He passed away in the fifth year of Thiên Gia Bảo Hựu (1203), leaving behind two significant works: Thích Đạo Khoa Giáo (1 fascicle) and Nam Tông Tự Pháp Đồ (1 fascicle) and outstanding verses.

64.
Thiền Sư Y Sơn

Dáng vẻ khôi ngô tánh thiện lương
Nói năng hoạt bát sử kinh thông
Xuất gia tinh tấn gìn tâm sáng
Học đạo siêng năng dưỡng đức trong
Huyền chỉ thừa đương nên nghiệp Tổ
Diệu cơ tỏa chiếu rạng tông phong
Khai phương mở tánh truyền chân đạo
Hạnh nguyện Y Sơn tỏa ngát hương
Ngát hương lan khắp đạo chân truyền
Dắt kẻ mê lầm hướng bến thiêng
Bát Nhã khai thông hiển thật tướng
Đại Bi thấm nhuận trải thanh miền
Thiền phong mát dịu lan nhân thế
Tuệ nhật ngời trong chiếu chúng duyên
Cảm đức hoa, chim đều luyến mộ
Chùa xưa một thuở tỏa hương nguyền...

Thiền sư Y Sơn (?–1213, Đời thứ 19, dòng thiền Tỳ Ni Đa Lưu Chi)

Sư họ Nguyễn, quê ở Nghệ An. Năm 30 tuổi, Sư xuất gia với vị Trưởng lão trong làng. Sư được Quốc sư Viên Thông truyền pháp. Về sau, Sư đến trụ trì chùa Đại Bi (hạt Long Phước) và chùa Nam Mô làng Yên Lãng. Niên hiệu Kiến Gia thứ 3 (1213), Sư viên tịch.

Zen Master Y Sơn (?–1213, 19th Generation, Tỳ Ni Đa Lưu Chi Lineage)

He was a member of the Nguyễn family, which originated in Nghệ An. He assumed monastic vows under the guidance of a village Elder at the age of thirty. He subsequently received Dharma transmission from National Zen Master Viên Thông and subsequently served as the abbot of Nam Mô Temple in Yên Lãng Village and Đại Bi Temple (Long Phước). He passed away in the third year of Kiến Gia (1213).

65.
Thiền Sư Thần Nghi

Hầu Thầy học đạo trải nhiều năm
Tinh tấn tu hành giữ đạo tâm
Mõ sớm chuông khuya ươm giống tuệ
Cơm mai cháo tối dưỡng thiền tăng
Hương nguyền ngát tỏa gìn nhân thiện
Hạnh nguyện thơm lan trải đạo an
Pháp hóa hưng long tăng tục hướng
Thắng Quang thạch trụ rạng thiền quang
Thiền quang chiếu diệu sáng trần gian
Tịnh hóa thân tâm thoát khổ nàn
Thanh thản cõi lòng dìu môn đệ
Thong dong tấc dạ dắt chúng nhân
Vượt thoát bờ mê xa biển khổ
Rong chơi bến giác dưỡng tâm nhàn
Thị phi nhân ngã đều quên hết
Suối đạo nguồn thiền rạng ánh trăng.

Thiền sư Thần Nghi (?–1216, Đời thứ 13, dòng thiền Vô Ngôn Thông)

Sư họ Quách, xuất gia tu học và đắc pháp với Thiền sư Thường Chiếu. Ngày 18 tháng Hai năm Bính Tý, niên hiệu Kiến Gia thứ 6 (1216), Sư viên tịch.

Zen Master Thần Nghi (13th Generation, Vô Ngôn Thông Lineage,?–1216)

He pursued monastic training and received the Dharma from Master Thường Chiếu, a member of the Quách family. He passed away on the

18th day of the 2nd month in the 6th year of Kiến Gia (1216), which was the 2nd month of the year Bính Tý.

66.
Thiền Sư Thông Thiền

Lục Tổ thiền môn sớm tối nương
Hầu Thầy kinh kệ thắp nguyền hương
Oai nghi vững chãi nuôi ước nguyện
Tế hạnh trang nghiêm dưỡng lập trường
Tham vấn lẽ mầu soi diệu thể
Cần cầu nghĩa thật thấu huyền gương
Hoát nhiên tỏ ngộ bừng khai trí
Pháp hóa hưng long tỏ mọi đường
Mọi đường phước hạnh tỏa nơi nơi
Chuyển hóa sầu đau dịu đất trời
Tự tại ra vào tâm chẳng vướng
Thong dong lui tới ý không lơi
Tham thiền lễ Phật vui nguồn đạo
Tiếp vật ứng cơ chuyển nghiệp đời
Pháp hóa châu viên quy cõi tịch
Tông phong vĩnh chấn độ trần vơi.

Thiền sư Thông Thiền (?–1128, Đời thứ 13, dòng thiền Vô Ngôn Thông)

Sư họ Đặng, quê ở An La, xuất gia tu học và đắc pháp với Thiền sư Thường Chiếu (chùa Lục Tổ). Niên hiệu Kiến Trung thứ 4 (1228), dưới triều Trần Thái Tông, Sư viên tịch.

Zen Master Thông Thiền (13th Generation, Vô Ngôn Thông Lineage,?–1128)

He was from An La and belonged to the Đặng family. After being ordained, he underwent training and achieved enlightenment at the

Lục Tổ Temple under the guidance of Master Thường Chiếu. He passed away in the fourth year of Kiến Trung (1228), during Emperor Trần Thái Tông's reign.

67.
Thiền Sư Hiện Quang

Nghi dung đĩnh ngộ giọng thanh trong
Thuở nhỏ mồ côi nếm khó khăn
Thường Chiếu ân Sư nuôi dưỡng dạy
Hiện Quang đệ tử lễ thân gần
Thông minh học rộng thông Tam học
Mẫn tiệp nghe nhiều đáp tứ ân
Học đạo tham phương tường yếu chỉ
Hành thiền kham nhẫn vượt siêu trần
Siêu trần quyết chí ngộ chơn tâm
Rũ sạch phiền lao hướng đạo chân
Ngoài quán duyên sanh lìa đắm trước
Trong nhìn thật tướng gắng tinh cần
Từ bi dẫn dắt người mê muội
Hỷ xả đỡ nâng kẻ lỗi lầm
Khắc kỷ trang nghiêm gìn đức hạnh
Gương thiền soi sáng cõi thiên nhân.

Thiền sư Hiện Quang (?–1221, Đời thứ 14, dòng thiền Vô Ngôn Thông)

Sư họ Lê, quê ở Thăng Long, xuất gia học đạo với Thiền sư Thường Chiếu. Về sau, Sư đắc pháp với Thiền sư Trí Thông tại chùa Thánh Quả. Sư thọ cụ túc giới cùng Thiền sư Pháp Giới tại núi Uyên Trừng (Nghệ An). Vua Lý Huệ Tông rất kính trọng Sư. Cả đời Sư ẩn tu trên núi. Niên hiệu Kiến Gia thứ 11 (1221), thời Lý Huệ Tông, Sư viên tịch.

Zen Master Hiện Quang (?–1221, 14th Generation, Vô Ngôn Thông Lineage)

His surname was Lê, which originated in Thăng Long. He was ordained by Master Thường Chiếu and subsequently received the Dharma from Master Trí Thông at Thánh Quả Temple. He was granted complete ordination by Master Pháp Giới at Mount Uyên Trừng (Nghệ An). He lived a monastic existence in seclusion on the mountain, and King Lý Huệ Tông held him in high regard. He went away in the 11th year of Kiến Gia (1221), during the reign of Lý Huệ Tông.

68.
Thiền Sư Tức Lự

Thuở nhỏ siêng năng đọc sách đời
Thông minh đĩnh ngộ hướng thiền nôi
Xuất gia học đạo vui kinh kệ
Lạy Phật trì kinh giữ bản hoài
Khế ngộ tam luân đều vắng lặng
Thấm tri nhất thể thảy thường soi
Thông Thiền mật ý trao tâm ấn
Tức Lự hoằng dương xiển đạo ngời

Đạo ngời soi sáng mở gương tâm
Dẫn dắt môn nhân vượt khổ trầm
Hướng cội Bồ-đề nương bến giác
Xây nhà trí tuệ dưỡng bờ an
Đêm ngày thanh thản soi nguồn đức
Năm tháng tiêu dao mở suối ân
Thông Thánh thiền môn chuông sớm vẳng
Tăng nhân thạch trụ sáng trăng rằm.

Thiền sư Tức Lự (Đời thứ 14, dòng thiền Vô Ngôn Thông)

Sư là đệ tử đắc pháp của Thiền sư Thông Thiền. Sau đó, Sư trụ trì chùa Thông Thánh ở phủ Thiên Đức, nhưng không rõ Sư viên tịch năm nào và nơi nào.

Zen Master Tức Lự (14th Generation, Vô Ngôn Thông Lineage)

He was a significant disciple who inherited the Dharma of Master Thông Thiền. Subsequently, he assumed the position of abbot at Thông Thánh Temple in Thiên Đức Prefecture. The date and location of his death are unknown.

69.
Cư Sỹ Ứng Thuận

Tánh tình phóng khoáng hướng chân miền
Chẳng bận quan quyền quy Phật duyên
Dốc chí gia công nghiên bối diệp
Chuyên lòng tu niệm hướng thiền nguyên
Sưu tầm ý tổ thông nguồn diệu
Thấu suốt tâm tông tỏ mạch huyền
Tức Lự thiền sư trao ấn chứng
Vang danh một thuở xứng ân truyền.

Cư sĩ Ứng Thuận Vương (Đời thứ 15, dòng thiền Vô Ngôn Thông)

Cư sĩ họ Đỗ, quê ở Thăng Long, từng làm quan nhưng vẫn chuyên tâm tu thiền. Về sau, ông đắc pháp với Thiền sư Tức Lự (chùa Thông Thánh).

Layman Ứng Thuận Vương, the 15th generation of the Vô Ngôn Thông Zen lineage. He was born in Thăng Long and was given the surname Đỗ. He was an official at one time, but he subsequently dedicated himself entirely to Zen practice and achieved the Dharma under the guidance of Zen Master Tức Lự at Thông Thánh Temple.

70.
Thiền Sư Trần Thái Tông

Minh vương uy đức rạng Nam thiên
Trị quốc an dân, thấu tỏ thiền
Trực ngộ Kim Cang không chỗ trụ
Thường hay Tổ ấn có cơ truyền
Nghiên tầm bối diệp soi chân thể
Thấu tỏ kinh văn xiển diệu nguyên
Thiền mạch châu lưu an xã tắc
Văn chương thi tứ rạng tâm nguyền
Tâm nguyền trải khắp lợi nhân gian
Đại Việt uy hùng đuổi ngoại bang
Bốn biển thanh bình hưng đạo pháp
Ba miền thịnh vượng rạng ân quang
Thăng Long vạn kiếp lưu hào khí
Yên Tử ngàn năm tỏa đạo vàng
Năm tháng an lành hoa tuệ nở
Thái Tông đức hóa sáng trời Nam.

(California, 08-09-2021)

Vua Trần Thái Tông (1218–1277)

Vua tên Trần Cảnh, sinh năm Kiến Gia thứ 8 (1218). Tháng 12 năm Ất Dậu (1225), ngài lên ngôi, ở ngôi 33 năm (1225–1258). Ngày 24 tháng Hai năm Mậu Ngọ (1258), ngài nhường ngôi cho Thái tử Trần Hoảng, làm Thượng Hoàng trong 19 năm (1258–1277). Vua băng hà ngày mồng 1 tháng Tư năm Đinh Sửu (1277), thọ 59 tuổi. Khi tại vị, ngoài việc trị quốc, ngài còn tinh tấn học Phật, tu thiền quán, trở thành một cư sĩ thiền sư nổi tiếng. Ngài để lại nhiều tác phẩm giá trị, góp phần phong phú cho văn học Thiền.

Emperor Trần Thái Tông (1218–1277).

Trần Cảnh was his given name; he was born in the eighth year of Kiến Gia (1218). He ascended the throne in the 12th month of Ất Dậu (1225) and ruled for 33 years (1225–1258). He relinquished power to Prince Trần Hoảng on the 24th day of the 2nd month, Mậu Ngọ (1258), and was subsequently designated as the Retired Emperor for a period of 19 years (1258–1277). At the age of 59, he passed away on the first day of the fourth month, Đinh Sửu (1277). He was a renowned royal laity Zen master, having dedicated himself to Buddhist study and meditation in addition to his role as state governor. He enriched Vietnam's Zen literary heritage by composing numerous valuable works.

71.
Thiền Sư Tuệ Trung Thượng Sĩ

Tánh tình thuần hậu trí thâm uyên
Tư chất thông minh thích đạo thiền
Yếu chỉ Tiêu Dao trao ấn nhận
Huyền cơ Thượng Sĩ nối tông truyền
Thong dong ứng vật quy bờ giác
Tự tại đưa người hướng bến thiêng
Vượt thoát nhị biên xa bể đắm
Ở đời vui đạo thảy an nhiên.

An nhiên vững chãi giữ cơ mầu
Hiển hiện từ bi vớt khổ đau
Dẫn dắt người mê bừng mắt tuệ
Dìu nâng kẻ yếu sáng tâm đầu
Thiền thi ứng đối tràn thi ngọc
Ý tứ hài hòa trải ý châu
Cởi trói môn nhân rời ngã chấp
Một đời đạo nghiệp rạng xưa... sau..!

Tuệ Trung Thượng Sĩ (1130–1291)

Ngài tên thật là Trần Quốc Tung, là con trai của An Sinh Vương Trần Liễu, anh ruột của Hưng Đạo Đại Vương. Ngài học thiền và đắc yếu chỉ thiền với Thiền sư Tiêu Dao. Sau, ngài trở thành vị Thiền sư cư sĩ lỗi lạc. Ngài tịch vào niên hiệu Trùng Hưng thứ 7 (1291), thọ 62 tuổi.

Tuệ Trung Thượng Sĩ (1130–1291)

Trần Quốc Tung, the secular name by which he was known, was the son of Prince An Sinh Vương Trần Liễu, the senior brother of Hưng Đạo Đại Vương. He pursued Zen (Thiền) and attained the fundamental principles under the tutelage of Zen Master Tiêu Dao. Subsequently, he developed into an exceptional lay Zen master. At the age of 62, he passed away in the seventh year of the Trùng Hưng era (1291).

72.
Trúc Lâm Đại Sĩ

Trúc Lâm Đại Sĩ sáng muôn phương
Đức hạnh ngời soi khắp nẻo đường
Yên Tử thiêng sơn rền tiếng mõ
Chùa Đồng cổ tự dậy âm chuông
Cư Trần Lạc Đạo thâm sâu nghĩa
Đắc Thú Lâm Tuyền xán lạn chương
Cảnh Bụt thiền thơ trăng rọi sáng
Muôn đời hậu thế hướng về nương

Về nương đức sáng mở cơ thiền
Chuyển nghiệp trần lao hướng thiện duyên
Kết hạt Bồ-đề xây Tổ nghiệp
Trồng cây Bát Nhã dựng Nam thiên
Trời trong nắng ấm hoa hương ngát
Gió mát trăng thanh sông núi thiêng
Thịnh trị thanh bình yên cõi nước
Tông phong vĩnh chấn tỏa huyền viên..!

Sơ Tổ Trúc Lâm (1258–1308)

Tổ tên thật là Trần Khâm, là con trưởng của vua Trần Thánh Tông, thân mẫu là Nguyên Thánh Thiên Cảm Hoàng Thái Hậu. Tổ sinh ngày 11 tháng 11 năm Mậu Ngọ (1258) tại kinh thành Thăng Long, được lập làm Thái tử tháng 12 năm Giáp Tuất (1274). Được truyền ngôi ngày 22 tháng 10 năm Mậu Dần (1278), ở ngôi 15 năm (1278 – 1293), rồi nhường ngôi để làm Thượng hoàng 6 năm (1293 – 1299).

Năm 1299, Tổ xuất gia tu hành và sáng lập ra Thiền phái Trúc Lâm

Yên Tử. Tổ viên tịch vào ngày 3 tháng 11 năm Mậu Thân (1308), thọ 50 tuổi. Tổ đã để lại nhiều áng thơ văn nổi tiếng như: Cư Trần Lạc Đạo Phú, Đắc Thú Lâm Tuyền Thành Đạo Ca...

The First Patriarch of the Trúc Lâm Zen Lineage (1258–1308)

The First Patriarch's secular name was Trần Khâm, the eldest son of King Trần Thánh Tông and Queen Consort Nguyên Thánh Thiên Cảm. He was born in Thăng Long (present-day Hanoi) on the 11th day of the 11th lunar month of Mậu Ngọ (1258). He was appointed Crown Prince in the 12th lunar month of Giáp Tuất (1274) and assumed the throne on the 22nd day of the 10th lunar month of Mậu Dần (1278). He ruled for 15 years (1278–1293) before abdicating to become the Retired Emperor (Thượng Hoàng) for 6 years (1293–1299).

He founded the Trúc Lâm Yên Tử Zen School in 1299, after leaving the household to pursue his practice. At the age of fifty, he entered nirvāṇa on the third day of the eleventh lunar month of Mậu Thân (1308). He left behind numerous renowned literary works, including Đắc Thú Lâm Tuyền Thành Đạo Ca and Cư Trần Lạc Đạo Phú.

73.
Thiền Sư Pháp Loa

Mạng lớn bao phen phá chẳng thành
Chào dời đĩnh ngộ trí thông minh
Thương người ái ngữ gìn tâm chánh
Mến vật trường chay giữ ý thanh
Mộ Phật xuất gia nương pháp diệu
Tham thiền học đạo dưỡng nguồn lành
Lăng Nghiêm đọc tụng khai tâm tánh
Tổ nghiệp thừa đương tỏa suối linh

Suối linh tỏa mát nước từ bi
Nhuần gội nhân gian pháp diệu kỳ
Khai mở nguồn tâm xa kiếp trược
Vun bồi bến đức lánh dòng si
Đèn thiền thắp sáng trừ mê hoặc
Lối đạo gìn an đoạn chướng nghi
Tôn chỉ thiền tông trăng rọi sáng
Pháp Loa hành trạng sử truyền ghi.

Thiền sư Pháp Loa (1284–1330, Tổ thứ hai Thiền phái Trúc Lâm Yên Tử)

Sư tên thật là Đồng Kiên Cương, sinh năm Thiệu Bảo thứ sáu (1284), quê ở làng Cửu La, phủ Nam Sách, tỉnh Hải Dương. Năm 21 tuổi, Sư xuất gia và đắc pháp với Sơ Tổ Trúc Lâm, được Tổ truyền tâm ấn và ban cho pháp hiệu là Pháp Loa. Sư trụ trì chùa Siêu Loại, lãnh đạo tông phong Trúc Lâm. Sư viên tịch năm 1330, thọ 47 tuổi.

Zen Master Pháp Loa (1284–1330), Second Patriarch of the Trúc Lâm Yên Tử Zen School

His secular name was Đồng Kiên Cương, born in the 6th year of Thiệu Bảo (1284) in Cửu La Village, Nam Sách Prefecture, Hải Dương Province. At age 21, he was ordained and received Dharma from the First Patriarch of the Trúc Lâm School, who transmitted the mind-seal to him and conferred upon him the Dharma name Pháp Loa. He served as the abbot of Siêu Loại Temple, guiding the Trúc Lâm lineage. He passed away in 1330, at the age of 47.

74.
Thiền Sư Huyền Quang

Dung nhan kỳ lạ chí xa vời
Học một biết mười, giỏi biện tài
Thi đổ Trạng Nguyên danh nổi khắp
Chối từ hôn ước tiếng vang nơi
Hàn Lâm phụng mệnh sứ thần nể
Phật đạo hướng tâm trần thức rơi
Dâng biểu từ quan quy chánh đạo
Tu hành tinh tấn hạnh cao ngời

Cao ngời đức hạnh sáng chơn viên
Quảng học đa văn ngộ Tổ thiền
Giáo nghĩa tinh thông khơi ánh tuệ
Kinh luận thấu tỏ mở cơ huyền
Tăng ni quy tụ truyền tông chỉ
Phật tử hướng về mở đạo duyên
Tổ nghiệp thừa đương hưng pháp hóa
Thơ hay chữ tốt sử lưu truyền...!

Thiền sư Huyền Quang (1254–1334, Tổ thứ ba Thiền phái Trúc Lâm Yên Tử)

Sư họ Lý, sinh năm Giáp Dần (1254), quê ở Bắc Giang. Năm 21 tuổi, Sư đỗ Trạng nguyên, được bổ làm quan. Sau, Sư xuất gia thọ giới tại chùa Vĩnh Nghiêm, làm thị giả Sơ Tổ Trúc Lâm, được Sơ Tổ ban cho pháp hiệu Huyền Quang. Vâng lời dạy của Sơ Tổ, Sư theo hầu Nhị Tổ Pháp Loa và được truyền y pháp. Sư lập chùa Đại Bi. Năm Giáp Tuất (1334), Sư viên tịch tại Côn Sơn, thọ 83 tuổi, để lại nhiều bài thơ hay.

Zen Master Huyền Quang (1254–1334), Third Patriarch of the Trúc Lâm Yên Tử Zen School

He bore the surname Lý, born in the year Giáp Dần (1254) in Bắc Giang. At 21, he achieved first place in the imperial examinations (Trạng nguyên) and served as an official. Subsequently, he was ordained at Vĩnh Nghiêm Temple and appointed as the First Patriarch of Trúc Lâm's attendant. The First Patriarch bestowed upon him the Dharma name Huyền Quang. He served under the Second Patriarch Pháp Loa, as instructed by the First Patriarch, and received the robe and Dharma transmission. He established the Đại Bi Temple. He entered nirvāṇa at Côn Sơn in the year Giáp Tuất (1334) at the age of 83, leaving behind a plethora of exquisite poetry.

75.
Quốc Sư Quán Viên

Đông Sơn thạch trụ ẩn non thiền
Giới hạnh thanh cao tỏa đức thiêng
Tuệ giải hanh thông linh diệu ứng
Tâm thành sáng suốt mật kỳ truyền
Bài mê hiển chánh trừ mê tục
Phá chấp hành chơn giải chướng duyên
Gạn đục khơi trong gương hạnh sáng
Quán Viên pháp hóa rạng ân nguyền

Ân nguyền ban trải chuyển mê nhân
Xả bỏ xan tham tẩy lỗi lầm
Khổ lụy vơi dần gương đức tỏa
An vui thăng tiến đạo tâm lan
Rừng thiền hoa nở hương thơm ngát
Suối đạo trăng soi bóng sáng ngần
Nhân ngã thị phi đều dứt sạch
Vượt bờ sanh tử tự nhiên an.

Quốc sư Quán Viên

Không rõ Sư sinh năm nào, quê quán ở đâu. Chỉ biết Sư đến tu học ở chùa Đông Sơn, giới đức tinh nghiêm, tuệ giải viên tròn, mấy mươi năm không xuống núi, được vua Trần Anh Tông kính quý phong làm Quốc sư. Về sau không rõ Sư tịch năm nào, ở đâu.

National Zen Master (Quốc sư) Quán Viên

His birthplace and birth year are undisclosed. It is documented that he attended Đông Sơn Temple to pursue his education, where he was able to achieve immaculate insight and maintain a pristine demeanor. He remained on the mountain for decades without descending. King Trần Anh Tông held him in high regard and bestowed upon him the title of "National Zen Master." The date and location of his death are not documented.

76.
Thiền Sư Minh Đức

Thiếu thời mộ Phật, kính dâng cơm
Hạn hán đầm khô thương cá tôm
Cứu vật từ bi hành chí nguyện
Tu tâm nhẫn nhục hướng thiền môn
Siêng năng học hỏi tinh thông giáo
Chăm gắng hành trì thấu hiểu tông
Đắc pháp thừa đương cơ nghiệp Tổ
Thần thông hiển hóa rạng thiền phong

Thiền phong tỏa chiếu độ trần duyên
Chuyển hóa mê nhân hướng nẻo thiền
Nhổ cội xan tham xa cõi tục
Trồng cây hỷ xả giữ bờ thiêng
Già lam trùng kiến khai nguồn diệu
Thánh giáo tuyên dương mở suối huyền
Tự tại thong dong nên nghiệp lớn
Một đời đạo nghiệp sáng gương liên.

Thiền sư Minh Đức

Sư họ Nguyễn, quê ở Bối Khê, 9 tuổi xuất gia ở chùa Đại Bi, đắc pháp với một vị Trưởng lão. Được vua Trần kính quý, sắc phong Hòa thượng hiệu Minh Đức. Sư nổi tiếng nhờ đắc thần thông. Không rõ Sư tịch năm nào, ở đâu.

Zen Master Minh Đức

He was surnamed Nguyễn, born in Bối Khê. At age 9, he was ordained at Đại Bi Temple and received Dharma from a senior elder.

King Trần esteemed him and conferred upon him the title "Most Venerable" (Hòa thượng) Minh Đức. His spiritual abilities were widely recognized. The date and location of his death are undisclosed.

77.
Ni Sư Tuệ Thông

Xuất gia học đạo hạnh tinh chuyên
Giới đức oai nghi nhuận thắm thiền
Tuệ giải hanh thông lòng định tĩnh
Thân hành tinh tấn ý an yên
Công phu sớm tối khơi nguồn diệu
Tĩnh tọa đêm ngày mở suối thiêng
Trí tuệ bừng soi năm tháng hỷ
Đức lành tỏa sáng rạng tâm truyền

Tâm truyền tiếp nối mạch thiền nguyên
Thắp sáng đèn tâm chuyển đảo điên
Mở cửa từ bi soi ánh tuệ
Xây niềm hỷ xả rạng trăng huyền
Dẫn người lạc bước nương thuyền giác
Dắt kẻ lầm đường hướng bến thiêng
Thị tịch an nhiên lòng chẳng động
Tuệ Thông hành trạng mãn tâm nguyền.

Ni sư Tuệ Thông

Ni sư họ Phạm, xuất gia tu hành trên núi Thanh Lương, giới đức tinh nghiêm, chuyên tu thiền định, diện mạo giống La Hán. Được tăng tục và vua Trần kính quý ban hiệu là Thông Tuệ Đại Sư. Sau, Ni sư đến Đông Sơn miên mật tu hành, cảm được cọp beo đến chung quanh. Ni sư viên tịch khi ngoài 80 tuổi, để lại nhiều xá-lợi.

Nun (Ni sư) Tuệ Thông

She was surnamed Phạm and left the household life on Thanh

Lương Mountain. Maintaining pure conduct and diligently practicing meditation, her countenance resembled that of an Arhat. Both laity and the royal court of the Trần Dynasty revered her, bestowing upon her the title "Thông Tuệ Đại Sư." She later went to Đông Sơn for intensive practice, where even tigers were said to gather around her in veneration. She passed away in her early 80s, leaving behind numerous śarīra (relics).

78.
Thiền Sư Hương Hải

Tài giỏi thông minh đỗ cử nhân
Triệu Phong tri phủ sáng gương quan
Nhân từ mến Phật quy chơn giáo
Hiếu kính tin thiền hướng diệu tâm
Học đạo đêm ngày xa bến đục
Xuất gia năm tháng dưỡng nguồn an
Kinh văn giảng giải truyền hương ngát
Luật luận hành trì sáng rạng quang

Rạng quang tỏa chiếu chuyển trần duyên
Thắp ánh nhiên đăng nối mạch thiền
Dẫn dắt môn nhân về nẻo chánh
Dìu nâng đệ tử đến bờ thiêng
Tinh cần sáng tác văn thơ kệ
Chăm chỉ tu hành đạo bản nguyên
Hương Hải hành tung tâm tuệ sáng
Đèn thiền rực rỡ tỏa châu viên.

Thiền sư Hương Hải (1628–1715, Thiền phái Trúc Lâm)

Năm 18 tuổi, Sư đỗ Cử nhân, được bổ làm quan tri phủ Triệu Phong. Năm 25 tuổi, Sư theo học đạo với Thiền sư Viên Cảnh chùa Lục Hồ, được ban pháp danh là Huyền Cơ Thiện Giác, pháp tự Minh Châu Hương Hải. Sau, Sư tham học với Thiền sư Đại Thâm Viên Khoan. Năm 30 tuổi, Sư từ quan xuất gia, bơi thuyền ra đảo núi Tim Bút La lập am miên mật tu hành, giới đức tinh nghiêm. Về sau, Sư trở thành vị Thiền sư nổi tiếng, có nhiều tác phẩm giá trị. Sư tịch năm 1715, thọ 88 tuổi.

Zen Master Hương Hải (1628–1715, Trúc Lâm Zen School)

At age 18, he passed the provincial-level examination (Cử nhân) and was appointed magistrate of Triệu Phong. At 25, he sought the Way under Zen Master Viên Cảnh at Lục Hồ Temple and received the Dharma name Huyền Cơ Thiện Giác, with the Dharma title Minh Châu Hương Hải. Later, he continued his training under Zen Master Đại Thâm Viên Khoan. He resigned from his official responsibilities at the age of 30 in order to commit himself to the monastic life. He traveled to the island of Tim Bút La by canoe to establish a hermitage and focus on concentrated practice. He eventually achieved the status of a renowned Zen Master, producing numerous valuable writings, while adhering to strict precepts and gaining profound meditative insight. At the age of 88, he passed away in 1715.

79.
Thiền Sư Đạo Chân và Đạo Tâm

Sanh thời mộ Phật hướng tu thiền
Lặng lẽ tinh cần dứt ngoại duyên
Sớm tối công phu hành chánh đạo
Mai chiều quán chiếu tỏ chơn miền
Đạo Long yếu chỉ thừa đương nối
Pháp Vũ huyền cơ tiếp nhận truyền
Thị tịch ung dung lưu xá lợi
Nhục thân nguyên vẹn tỏa ngời thiêng

Ngời thiêng ánh đạo sử lưu gương
Thanh tịnh già lam hạnh sáng đường
Thành Đạo chùa quê rền pháp vũ
Đạo Tâm thạch trụ ngát thiền hương
Bao thu lá rụng đời thay đổi
Mấy độ hoa cười thế vấn vương
Cổ tự còn y nền nét cũ
Chân tăng nhục thể rọi mười phương.

Thiền sư Đạo Chân và Đạo Tâm

Thiền sư Đạo Chân thế danh Vũ Khắc Minh, sinh ngày 15 tháng 11 khoảng năm 1579. Sư theo học với Hòa thượng Đạo Long, phủ Thiên Phúc, rồi trụ trì chùa Pháp Vũ (chùa Đậu). Sư nhập thất rồi viên tịch, để lại xá-lợi nhục thân cho đến ngày nay vẫn còn.

Thiền sư Đạo Tâm thế danh Vũ Khắc Tường, là cháu ruột của Thiền sư Đạo Chân và theo Sư tu học. Khi Thiền sư Đạo Chân viên tịch, Thiền sư Đạo Tâm kế thế trụ trì chùa Đậu. Sau khi viên tịch, Thiền sư Đạo Tâm cũng lưu lại xá-lợi nhục thân. Hiện nhục thân của hai vị vẫn được tôn thờ tại chùa Đậu.

Zen Masters Đạo Chân and Đạo Tâm

Zen Master Đạo Chân (secular name Vũ Khắc Minh) was born on the 15th day of the 11th lunar month, around 1579. He trained under Venerable Đạo Long in Thiên Phúc Prefecture and later became abbot of Pháp Vũ Temple (commonly known as Chùa Đậu). After entering retreat, he passed away, leaving behind his śarīra in the form of an incorrupt body, which remains to this day.

Zen Master Đạo Tâm (secular name Vũ Khắc Tường) was Master Đạo Chân's nephew and disciple. After Zen Master Đạo Chân passed away, Đạo Tâm succeeded him as abbot of Chùa Đậu. Upon his own passing, he likewise left an incorrupt body as relic. Both of their relic bodies are still venerated at Chùa Đậu.

80.
Thiền Sư Nhất Cú Tri Giáo

Trú trì cổ tự ngự non thiêng
Tham vấn ân sư yếu chỉ thiền
Ngồi vững triều dâng xa tục bụi
Đứng yên sóng dập vượt trần duyên
Tro tàn khói lặng tan mây ám
Hoa nở người cười rạng đóa liên
Chuông vẳng tăng nhân bừng ánh tuệ
Trống hòa sóng vỗ mở huyền nguyên

Huyền nguyên tuôn chảy nước thơm trong
Tưới mát trần ai tịnh cửa không
Cảm hóa sinh linh quy bến đạo
Chuyển lay nghiệp lực hướng thiền tông
Khai đường giảng pháp tăng ni kính
Truyền ấn trao tâm Phật tử trông
Pháp hóa hưng long rền một thuở
Già lam thịnh vượng rạng môn phong.

Thiền sư Nhất Cú Tri Giáo

Thuộc đời thứ 35 tông Tào Động, Sư trụ trì tại núi Phụng Hoàng, Hồ Châu, Trung Hoa. Trong lúc đi tham vấn, Sư đến tham yết Hòa thượng Tịnh Chu ở An Kiết, sau được Hòa thượng Tịnh Chu truyền tâm ấn và ban cho hiệu là Nhất Cú. Sư bái biệt Hòa thượng trở về núi Phụng Hoàng. Học nhân bốn phương nghe danh, quy tụ về rất đông. Sư truyền tâm ấn cho đệ tử là Thông Giác để kế thừa tông Tào Động rồi viên tịch.

Zen Master Nhất Cú Tri Giáo

He was the abbot of Phụng Hoàng Mountain in Hồ Châu, China, and belonged to the 35th generation of the Tào Động (Caodong) lineage. He visited and paid his respects to Venerable Tịnh Chu at An Kiết during his pilgrimage. Venerable Tịnh Chu bestowed upon him the Dharma name Nhất Cú and transmitted the mind-seal to him. Afterward, he retreated to Phụng Hoàng Mountain. From every direction, disciples converged to receive his guidance. The mind-seal was transmitted to his disciple Thông Giác to ensure the continuation of the Tào Động lineage before his own passing.

81.
Thiền Sư Thủy Nguyệt–Thông Giác

Thuở nhỏ theo Nho chăm học chuyên
Chán đời dâu bể hướng quy thiền
Xuất gia dưỡng chí dồi kinh sách
Học đạo tham phương thỏa ước nguyền
Dạo khắp tòng lâm tìm lẽ diệu
Du cùng Phật tự hướng nguồn thiêng
Vượt qua gian khó rèn tâm đức
Mang ánh từ quang rọi khắp miền

Khắp miền Nam Bắc mở cơ duyên
Quét sạch trần ai phủi sạch phiền
Trên đỉnh cô phong thiền mạch thấm
Giữa lòng nhân thế đức tâm viên
Độ người quá cố hoa sen nở
Dắt kẻ mê luân hương tuệ truyền
Mãn nguyện thong dong tìm cảnh vắng
Kiết già phu tọa tịch an nhiên.

Thiền sư Thủy Nguyệt hiệu Thông Giác (1637–1704, đời thứ 36, tông Tào Động)

Sư họ Đặng, sinh năm Đinh Sửu (1637), quê ở phủ Tiên Hưng. Năm 17 tuổi, Sư xuất gia. Về sau, Sư sang Trung Quốc tầm sư học đạo, được Hòa thượng ở núi Phụng Hoàng truyền trao diệu ngữ. Sau khi trở về nước và hành đạo, đến tháng 3 năm Giáp Thìn, niên hiệu Chính Hòa thứ 20 (1704), Sư viên tịch, thọ 68 tuổi.

Zen Master Thủy Nguyệt, also known as Thông Giác

(1637–1704, 36th generation, Tào Động lineage)

He was from the Đặng family, born in the year Đinh Sửu (1637) in Tiên Hưng prefecture. At 17 years old, he left home to become a monk. Later, he traveled to China in search of a teacher and received the "wondrous words" from a Venerable Master on Mount Phụng Hoàng. After returning to Vietnam and teaching the Dharma, he passed away in the third month of the year Giáp Thìn, the 20th year of the Chính Hòa era (1704), at the age of 68.

82.
Thiền Sư Tông Diễn–Chân Dung

Thương cua thả nó trở về ao
Mẹ đánh ra đi tìm nẻo vào
Cửa Phật tu hành rèn chí cả
Thiền môn tham học mở cơ đầu
Hồi hương thỉnh mẹ nương thiền đạo
Báo nghĩa đền ân tỏa bóng nâu
Khắp chốn danh thơm người tán thưởng
Thần thông diệu dụng đáp ân mầu

Ân mầu rạng chiếu ánh từ quang
Phương tiện khai thông độ thế gian
Dâng sớ giúp vua hành thiện nghiệp
Giảng kinh dìu chúng chuyển mê trần
Thơ văn uyên áo thơm vườn đạo
Đức tuệ châu viên sáng cõi tâm
Đời đạo chan hòa trăng chiếu sáng
Giường thiền tĩnh tọa tịch nhiên an.

Thiền sư Tông Diễn hiệu Chân Dung (1640–1711, đời thứ 37, tông Tào Động)

Sư sinh năm 1640, quê ở huyện Cẩm Giang. Về sau, Sư xuất gia, trụ trì một ngôi chùa tại Đông Sơn và đắc pháp với Thiền sư Thông Giác. Ngày 16 tháng Bảy năm Tân Sửu, niên hiệu Vĩnh Thịnh thứ 5 (1711) dưới triều Lê Dụ Tông, Sư viên tịch, thọ 72 tuổi.

Zen Master Tông Diễn, also known as Chân Dung (1640–1711, 37th generation, Tào Động lineage)

He was born in the Cẩm Giang district in 1640. In the future, he served as the abbot of a temple in Đông Sơn, ordained, and realized the Dharma under the guidance of Zen Master Thông Giác. He passed away at the age of 72 on the 16th day of the seventh month of the year Tân Sửu, the 5th year of the Vĩnh Thịnh era (1711) under the reign of Lê Dụ Tông.

83.
Thiền Sư Thanh Nguyên

Thanh Nguyên xuất kệ tán kinh mầu
Học đạo chuyên cần đức hạnh cao
Thấu tỏ chơn tâm dìu kẻ tục
Tinh thông diệu chỉ dắt người đau
Pháp Hoa đề tựa truyền tâm ấn
Thiền đạo khai nguồn chuyển nghiệp sầu
Vượt thoát bờ mê về bến giác
Thiền quang rạng chiếu mãi ngàn sau.

Thiền sư Thanh Nguyên (đời thứ 41, tông Tào Động)

Không rõ Sư sinh và viên tịch năm nào. Chỉ biết Sư hiệu Minh Nam, có viết bài tựa cho sách Pháp Hoa Đề Cương của Thanh Đàm.

Zen Master Thanh Nguyên (41st generation, Tào Động lineage)

It is not known when he was born or when he passed away. He was known by the name Minh Nam and wrote the foreword to the book Pháp Hoa Đề Cương (Outline of the Lotus Sutra) by Thanh Đàm.

84.
Thiền Sư Thanh Đàm–Minh Chánh

Xuất gia học đạo hỏi tìm tâm
Chẳng ở bên ngoài, chẳng ở thân
Chặng giữa cũng không đâu hướng đến
Bên trong nào có, há truy tầm?!
Đạo Nguyên xoa đảnh truyền trao kệ
Nguyên Chánh tường tâm đáp lễ ân
Giới thể viên dung khai pháp hóa
Pháp Hoa yếu chỉ vượt siêu phàm
Siêu phàm lý sự mở cơ duyên
Hóa độ nhân sinh hướng đạo thiền
Khai mở nguồn chơn về bến giác
Truyền trao lẽ diệu đến bờ thiêng
Tâm Kinh trực giải ngời hoa thiện
Diệu Pháp đề cương thấu nghĩa huyền
Bích Động đêm ngày thường giảng pháp
Thanh Đàm thạch trụ vững chân nguyên.

Thiền sư Thanh Đàm hiệu Minh Chánh (đời thứ 42, tông Tào Động)

Sư trụ trì chùa Bích Động (Ninh Bình). Năm 20 tuổi, Sư xuất gia, tôn thờ Thiền sư Đạo Nguyên làm thầy. Sư viết tác phẩm Pháp Hoa Đề Cương. Không rõ Sư viên tịch năm nào và ở đâu.

Zen Master Thanh Đàm, also known as Minh Chánh (42nd generation, Tào Động lineage)

He was the abbot of Bích Động Temple (in Ninh Bình). At the age of 20, he ordained and honored Zen Master Đạo Nguyên as his teacher. He authored the work Pháp Hoa Đề Cương (Outline of the Lotus Sutra). His passing is unknown.

85.
Thiền Sư Như Như

Dân gian ca tụng bậc thiền tăng
Thanh đạm thong dong giữa thế trần
Hỷ xả bao dung cùng chúng quạ
Từ bi độ lượng với dân làng
Như nhiên tự tại lòng vô ngại
Thanh thản an bình trí vững an
Dìu dắt trẻ thơ vui nhật nguyệt
Nhân sinh tán thán tuệ soi đàng

Soi đàng đức tỏ mở huyền duyên
Thắp sáng nguồn tâm chuyển muộn phiền
Đạo nghiệp rạng ngời xua túc trái
Đèn thiền sáng tỏ giải oan khiên
Tiêu trừ ách chướng xa mê nghiệp
Xây đắp niềm tin kết thiện miền
Đoạn sạch trần lao tuôn pháp hỷ
Như Như hạnh nguyện tỏa ngời thiêng.

Thiền sư Như Như (đời thứ 45, tông Tào Động)

Pháp húy Quang Lư, tự Thích Đường Đường, hiệu Như Như. Không rõ Sư sinh năm nào, viên tịch năm nào. Chỉ biết Sư khai sơn và trụ trì chùa Thiên Trúc, có công giúp dân, chăm sóc trẻ nhỏ, luôn giàu lòng từ bi thương người thương vật, cảm hóa được loài quạ nên được dân làng kính thương, tôn Sư làm Tổ.

Zen Master Như Như (45th generation, Tào Động lineage)

His style name was Như Như, and his Dharma name was Quang

Lư, also known as Thích Đường Đường. It is unknown when he was born or passed away. He established and served as the abbot of Thiên Trúc Temple, helped villagers, cared for children, and was consistently compassionate toward both humans and animals. He was even capable of taming ravens. The villagers held him in high regard as their Patriarch due to his virtues.

86.
Thiền Sư An Thiền

Đạo Giáo Nguyên Lưu biên tập nên
An Thiền vững chãi thắp hương nguyền
Lời vàng diễn ngữ soi kim cổ
Kệ ngọc trao tâm sáng đạo huyền
Thiền học tông phong lưu hậu thế
Cao tăng hành trạng rạng chân miền
Đạo đời tương hợp hòa tam giáo
Bát sử thông kinh lưu sử thiêng

Sử thiêng ghi dấu bậc chân tăng
Đức tuệ viên dung lý sự thông
Quảng lãm thiền kinh hoằng chánh đạo
Chuyên tu phạm hạnh độ phàm nhân
Xa lìa biển khổ lên bờ giác
Gần gũi người lành lánh bụi trần
Mở cửa Từ Bi truyền pháp Phật
Một đời đạo nghiệp sáng trời trăng.

Thiền sư An Thiền

Không rõ Sư họ gì, sinh năm nào, quê quán ở đâu, hay xuất gia với vị thầy nào. Chỉ biết Sư trụ trì tại chùa Đại Giác (làng Bồ Sơn, Bắc Ninh) và biên soạn tác phẩm Đạo Giáo Nguyên Lưu gồm ba quyển: quyển 1 nói về Phật giáo, quyển 2 và 3 nói về Khổng giáo và Lão giáo.

Zen Master An Thiền

His family name, birth year, place of origin, and ordination teacher are unknown. He was the abbot of Đại Giác Temple in Bồ Sơn village, Bắc Ninh, and he compiled Đạo Giáo Nguyên Lưu in three volumes: the first volume covers Buddhism, and the second and third volumes cover Confucianism and Taoism. That is the only information that is known.

87.
Hòa Thượng Chuyết Công

Thân mẫu nằm mơ thấy mộng lành
Từ thân bỗng mọc đóa sen linh
Sanh ra quý tử tâm đoan chánh
Hiển hiện con hiền tướng đẹp xinh
Dáng vẻ khôi ngô thêm đĩnh ngộ
Tinh thần khoáng đạt lại thông minh
Xuất gia học đạo thông tam tạng
Thế học tinh tường thấu ngũ kinh

Ngũ kinh tam tạng thắp thiền tâm
Hóa độ chúng sanh thoát nghiệp trần
Yếu chỉ chơn thừa tuôn suối tuệ
Huyền môn diệu nghĩa mở nguồn ân
Vân du hóa độ khai tâm ấn
Thủy ngoạn truyền trao trải đạo vàng
Tự tại ung dung ngời đức tướng
Chuyết Công Hòa Thượng bậc chân tăng.

Hòa thượng Chuyết Công (1590–1644, đời thứ 34, tông Lâm Tế)

Sư quê ở Tiệm Sơn, tỉnh Phúc Kiến (Trung Hoa). Vốn thông minh đĩnh ngộ, Sư học thấu Ngũ Kinh Tứ Thơ, rồi xuất gia, thấu đạt Tam tạng giáo điển. Năm 1633, Sư sang Việt Nam, đến Thăng Long, từng trác tích tại chùa Khánh Sơn, chùa Phật Tịch. Sau, chúa Trịnh Tráng trùng tu chùa Ninh Phúc, thỉnh Sư về trụ trì cho đến ngày Sư viên tịch. Sư mất ngày Rằm tháng Bảy năm Giáp Thân (1644), thọ 55 tuổi; được vua Lê Chân Tông phong hiệu "Minh Việt Phổ Giác Quảng Tế Đại Đức Thiên sư."

The Most Venerable Chuyết Công (1590–1644, 34th generation, Lâm Tế lineage)

He was born in Tiệm Sơn, Fujian, China. He was highly intelligent and perceptive, and he mastered the Five Classics and Four Books before acquiring a comprehensive understanding of the Buddhist Tripiṭaka and becoming an ordained Buddhist. He arrived in Thăng Long, Vietnam, in 1633, and resided at Khánh Sơn Temple and Phật Tịch Temple. Subsequently, Lord Trịnh Tráng rebuilt Ninh Phúc Temple and extended an invitation to him to serve as its abbot until his death. He passed away at the age of 55 on the 15th day of the seventh month in the year Giáp Thân (1644). King Lê Chân Tông conferred upon him the posthumous title of "Minh Việt Phổ Giác Quảng Tế Đại Đức Thiền sư" ("Bright Vietnam, Universal Enlightenment, Vast Salvation, Great Virtue Zen Master").

88.
Thiền Sư Minh Hành

Minh Hành - Tự Tại chí cao thâm
Trợ giúp thiền tăng giáo hóa nhân
Trí tuệ tinh tường thông Phật điển
Từ bi rộng lượng độ duyên trần
Chuyển mê hướng giác khơi nguồn đức
Khai ngộ quy chơn mở tuệ tâm
Biển tánh Tỳ Lô hằng chiếu sáng
Chân không tỏ rõ sạch mê lầm.

Thiền sư Minh Hành (1596–1659, đời thứ 35, tông Lâm Tế)

Pháp hiệu Sư là Tại Tại, quê phủ Kiến Xương, tỉnh Giang Tây. Sư đi theo Thiền sư Chuyết Chuyết sang Việt Nam, đến kinh thành Thăng Long năm 1633, trở thành trợ thủ đắc lực trong việc hoằng hóa. Năm 1644, sau khi Thiền sư Chuyết Chuyết viên tịch, Sư kế vị trụ trì chùa Ninh Phúc. Đến năm 1659, Sư viên tịch, thọ 64 tuổi. Môn đồ dựng tháp thờ tại chùa Ninh Phúc.

Zen Master Minh Hành (1596–1659, 35th generation, Lâm Tế lineage)

Originally from Kiến Xương prefecture in Jiangxi, his Dharma name was Tại Tại. He accompanied Zen Master Chuyết Chuyết to Vietnam, arriving in Thăng Long in 1633, and became a critical assistant in the dissemination of the Dharma. After the passing of Zen Master Chuyết Chuyết in 1644, he succeeded him as the abbot of Ninh Phúc Temple. He passed away at the age of 64 in 1659. A stupa was constructed at Ninh Phúc Temple in his honor by his disciples.

89.
Thiền Sư Minh Lương

Minh Lương thạch trụ nối đèn thiêng
Thắp sáng trần gian thắp tuệ thiền
Dẫn dắt sinh linh về chánh đạo
Khai thông Phật pháp chuyển mê phiền
Thừa đương tổ ấn gìn hương giới
Kế thế tông phong độ chúng duyên
Pháp hóa hưng long tâm tuệ sáng
Kinh vàng sớm tối thọ trì chuyên.

Thiền sư Minh Lương (đời thứ 35, tông Lâm Tế)

Không rõ Sư sinh năm nào. Chỉ biết Sư xuất gia tu hành trên núi Phù Lãng. Khi Hòa thượng Chuyết Công từ Trung Hoa sang Việt Nam, Sư đến tham yết và tỏ ngộ yếu chỉ Thiền, được Hòa thượng Chuyết Công trao truyền tâm ấn. Sau đó, Sư về trụ trì chùa Vĩnh Phúc (núi Côn Cương, Phù Lãng) để truyền bá Chánh pháp. Không rõ Sư viên tịch năm nào và ở đâu.

Zen Master Minh Lương (35th generation, Lâm Tế lineage)

The date of his birth is unknown. He is only known to have been ordained on Phù Lãng Mountain. Minh Lương visited Venerable Master Chuyết Công upon his arrival from China, became enlightened to the essence of Zen, and received the mind-seal from him. He subsequently assumed the role of abbot at Vĩnh Phúc Temple, which is situated on Mount Côn Cương in Phù Lãng. During his tenure, he was instrumental in the dissemination of the True Dharma. The date and location of his death are unknown.

90.
Thiền Sư Chân Nguyên–Tuệ Đăng

Thông minh hạ bút bỗng thành văn
Thực Lục khai thông sáng cõi tâm
Xả tục tầm sư tham vấn đạo
Xuất gia học pháp quyết tầm chân
Đêm ngày tinh tấn rèn tâm trí
Năm tháng siêng năng đáp nghĩa ân
Tuệ Nguyệt, Minh Lương truyền lẽ diệu
Chân Nguyên đạo nghiệp sáng tăng nhân

Tăng nhân trước tác áng thơ thiền
Bản Hạnh Thiền Tông rạng ánh thiêng
Ngộ Đạo Nhân Duyên dìu kẻ tục
Đạt Na Thái Tử nối tâm huyền
Hồng Mông Thiền Tịch Long Thư độ
Nam Hải Quan Âm Bản Hạnh truyền
Kiến Tánh minh tâm 'thiền - tịnh' chiếu
Tôn sư Pháp Sách Đăng Đàn tuyên.

Thiền sư Chân Nguyên (1647–1726, đời thứ 36, tông Lâm Tế)

Sư họ Nguyễn, sinh năm Đinh Hợi (1647). Năm 19 tuổi, Sư xuất gia với Thiền sư Tuệ Nguyệt, được ban pháp danh Tuệ Đăng. Về sau, Sư đắc pháp với Thiền sư Minh Lương, được đặt pháp hiệu Chân Nguyên. Sư trở thành một bậc thiền sư kiệt xuất, được vua Lê Dụ Tông ban chức Tăng Thống. Năm 1726, Sư viên tịch, thọ 80 tuổi. Sư để lại nhiều tác phẩm, gồm: 1. Tôn Sư Pháp Sách Đăng Đàn Thọ Giới; 2. Nghênh Sư Duyệt Định Khoa; 3. Long Thư Tịnh Độ Văn; 4. Long Thư Tịnh Độ Luận Bạt Hậu Tự; 5. Tịnh Độ Yếu Nghĩa;

6. Ngộ Đạo Nhân Duyên; 7. Nam Hải Quan Âm Bản Hạnh; 8. Thiền Tịch Phú; 9. Đạt Na Thái Tử Hạnh; 10. Hồng Mông Hạnh; 11. Kiến Tánh Thành Phật.

Zen Master Chân Nguyên (1647–1726, 36th generation, Lâm Tế lineage)

He was born in the year Đinh Hợi (1647) and was known by the family name Nguyễn. At the age of 19, he was ordained by Zen Master Tuệ Nguyệt and was granted the Dharma name Tuệ Đăng. He later obtained the Dharma and was granted the name Chân Nguyên under the guidance of Zen Master Minh Lương. He was designated Tăng Thống (Chief of the Sangha) by King Lê Dụ Tông after becoming an exceptional Zen instructor. He passed away at the age of 80 in 1726. He left behind a multitude of works, such as:

Tôn Sư Pháp Sách Đăng Đàn Thọ Giới, Nghênh Sư Duyệt Định Khoa, Long Thư Tịnh Độ Văn, Long Thư Tịnh Độ Luận Bạt Hậu Tự, Tịnh Độ Yếu Nghĩa, Ngộ Đạo Nhân Duyên, Nam Hải Quan Âm Bản Hạnh, Thiền Tịch Phú, Đạt Na Thái Tử Hạnh, Hồng Mông Hạnh, Kiến Tánh Thành Phật.

91.
Thiền Sư Như Hiện–Nguyệt Quang

Như Hiện tăng nhân rạng Nguyệt Quang
Thiền môn Long Động sáng trăng ngàn
Kinh vàng sớm tối ngân nga vọng
Kệ ngọc mai chiều trầm bổng vang
Yếu chỉ thâm sâu từng thấu đạt
Chân tông mật tịnh đã dung thông
Hiến Tông phong sắc Tăng Cang chức
Tăng Thống thừa đương nối Tổ tông

Tổ tông nối nghiệp độ quần sinh
Giáo hóa hàm linh dắt hữu tình
Vượt thoát trần lao về bến giác
Lìa xa não chướng hướng nguồn linh
Thong dong thưởng ngoạn miền sơn dã
Tự tại ngao du chốn thị thành
Như Hiện - Nguyệt Quang gương đạo sáng
Quỳnh Lâm, Long Động suối thiền thanh.

Thiền sư Như Hiện (?–1765, đời thứ 37, tông Lâm Tế)

Sư quê ở Hải Dương, 16 tuổi xuất gia với Thiền sư Chân Nguyên tại chùa Long Động, núi Yên Tử, được Thiền sư truyền y bát, trụ trì các chùa Long Động, Quỳnh Lâm, Nguyệt Quang. Về sau, Sư được vua Lê Hy Tông (có nơi gọi là Lê Huy Tông) sắc phong Tăng Thống Thuần Giác Hòa Thượng. Năm Ất Dậu (1765), Sư viên tịch, đệ tử xây tháp thờ tại chùa Quỳnh Lâm.

Zen Master Như Hiện (?–1765, 37th generation, Lâm Tế lineage)

He was from Hải Dương. He received the robe and bowl (y bát) and served as abbot of Long Động, Quỳnh Lâm, and Nguyệt Quang Temples at the age of 16, while ordained under Zen Master Chân Nguyên at Long Động Temple on Yên Tử Mountain. King Lê Hy Tông (also known as Lê Huy Tông) later bestowed upon him the title of Tăng Thống Thuần Giác Hòa Thượng. He entered nirvana in the year Ất Dậu (1765), and his disciples constructed a stupa in his honor at Quỳnh Lâm Temple.

92.
Thiền Sư Như Trừng Lân Giác

Sống đời vui đạo sáng gương tâm
Gặp phải sen linh quyết chuyển trần
Xả tục xuất gia tham học pháp
Cải gia vi tự nối thừa ân
Liên Tông thanh tịnh thiền trăng sáng
Ly Cấu trang nghiêm ánh đạo vàng
Long Động già lam nghiên bối diệp
Chân Nguyên Tổ ấn tỏa trùng quang

Trùng quang tỏa chiếu sáng nơi nơi
Pháp hóa hưng long rạng đất trời
Bến giác rừng thiền hoa đạo nở
Bờ mê cõi tục não phiền rơi
Chuông khuya thức tỉnh lay hồn mộng
Mõ sớm ngân vang chuyển nghiệp đời
Lân Giác thiền tăng gương đạo sáng
Liên Tông thạch trụ độ trần vơi.

Thiền sư Như Trừng Lân Giác (1696–1733, đời thứ 37, tông Lâm Tế)

Sư họ Trịnh, sinh vào niên hiệu Chính Hòa thứ 17 (1696), xuất gia với Thiền sư Chân Nguyên tại chùa Long Động trên núi Yên Tử. Sau đó, Sư trụ trì chùa Liên Tông, đồ chúng theo học rất đông, đồng thời thành lập phái Liên Tông. Năm Long Đức thứ 12 (1733), Sư viên tịch, thọ 37 tuổi.

Zen Master Như Trừng Lân Giác (1696–1733, 37th generation, Lâm Tế lineage)

He was born in the 17th year of the Chính Hòa era (1696) and was given the surname Trịnh. He was ordained by Zen Master Chân Nguyên at Long Động Temple, which is situated on Yên Tử Mountain. Subsequently, he was appointed as the abbot of Liên Tông Temple, where a large number of devotees congregated to learn from him. He established the Liên Tông institution. He passed away at the age of 37 in the 12th year of the Long Đức era (1733).

93.
Thiền Sư Tính Tĩnh

Thọ giáo xuất gia với Nguyệt Quang
Thiền cơ yếu chỉ tỏ soi đàng
Tâm tông thấu đạt ly trần cấu
Tổ nghiệp thừa đương tỏa đạo vàng
Pháp hóa hưng long truyền diệu chỉ
Thiền kinh sáng rạng mở huyền trang
Quỳnh Lâm Long Động tăng tục đến
Tham học đông đầy ánh tuệ lan

Tuệ lan chiếu tỏ khắp nhân gian
Chuyển hóa sầu đau hướng đạo vàng
Bỏ tục tìm chơn an trú pháp
Lìa mê khai ngộ tỉnh tu tâm
Hoa từ nở rộ thơm dương thế
Đèn tuệ soi chung lắng nghiệp trần
Sanh tử bì lao đều rũ sạch
Thiền sàng tĩnh tọa tịch nhiên an.

Thiền sư Tính Tĩnh (1692–1773, đời thứ 34, tông Lâm Tế)

Sư họ Trần, quê ở Đông Khê, thọ giáo và đắc pháp với Thiền sư Như Hiện tại chùa Nguyệt Quang. Sau, Sư trụ trì chùa Nguyệt Quang, đồ chúng theo học rất đông. Năm Quý Tỵ (1773), Sư viên tịch, thọ 82 tuổi.

Zen Master Tính Tĩnh (1692–1773, 34th generation, Lâm Tế lineage)

He was born in Đông Khê and was given the surname Trần. He

received Dharma transmission and instruction from Zen Master Như Hiện at Nguyệt Quang Temple. He subsequently assumed the role of abbot at Nguyệt Quang Temple, which attracted a significant number of disciples. He passed away at the age of 82 in the year Quý Tỵ (1773).

94.
Thiền Sư Tính Tuyền

Tính Tuyền tuổi trẻ nguyện làm Tăng
Thế phát xuất gia trưởng dưỡng tâm
Chăm chỉ hầu Thầy không chểnh mảng
Tinh cần học pháp chẳng mơ màng
Vâng lời Thượng Sĩ tầm kinh luật
Y giáo Thiền Tăng đáp nghĩa ân
Vững tiến truy chơn khai mối đạo
Trung Hoa cất bước nguyện suy tầm

Suy tầm chánh pháp thắp tâm nguyền
Vượt mọi gian lao chẳng ngại duyên
Đảnh lễ chân sư nương đức sáng
Nghiên tầm bối diệp mở cơ huyền
Trang nghiêm giới thể hoằng khai luật
Thanh tịnh tăng nhân giảng đáp thiền
Cố quốc quay về truyền đạo nghiệp
Tâm thành nguyện mãn tịch an yên.

Thiền sư Tính Tuyền (1674–1744, đời thứ 39, tông Lâm Tế)

Sư họ Huỳnh, quê ở Nam Định. Năm 12 tuổi, Sư xuất gia với Thượng sĩ chùa Liên Tông. Về sau, Sư sang Trung Quốc tham học với Hòa thượng Kim Quang Đoan. Năm 25 tuổi, Sư thọ Tỳ-kheo giới và Bồ-tát giới do Hòa thượng Kim Quang Đoan làm Hòa thượng đàn đầu. Sau đó, Sư hồi hương mang theo 300 bộ kinh luật, truyền dạy Luật Tứ Phần, làm cho đạo pháp được hưng thịnh. Năm 1744, Sư viên tịch, thọ 70 tuổi.

Zen Master Tính Tuyền (1674–1744, 39th generation, Lâm Tế lineage)

His surname was Huỳnh, and he was from Nam Định. He was ordained by a senior practitioner (Thượng sĩ) at Liên Tông Temple at the age of 12. Subsequently, he embarked on a journey to China to pursue his studies under Venerable Master Kim Quang Đoan. Venerable Master Kim Quang Đoan served as his preceptor, and he was granted complete ordination (Tỳ-kheo) and the Bodhisattva Precepts at the age of 25. Upon his return to Vietnam, he carried back 300 sets of vinaya texts and scriptures, which he used to teach the Four-Part Vinaya and foster the growth of the Dharma. He passed away at the age of 70 in 1744.

95.
Thiền Sư Hải Quýnh–Từ Phong

Liên Tông cổ tự kết hiền duyên
Mong mỏi nương Thầy học đạo huyền
Hải Quýnh, Từ Phong xin thế độ
Bảo Sơn Tính Dược thử cơ truyền
Thầy trò hỏi đáp tâm tương hợp
Tổ đạo khai thông ý thỏa nguyền
Thế phát tinh chuyên càng tấn tiến
Tài cao đức trọng nối thiền nguyên

Thiền nguyên tỏ rạng sáng gương tâm
Tăng tục nương theo học đạo nhân
Pháp hóa hưng long ngời ánh tuệ
Già lam vĩnh chấn tỏa nguồn ân
Ngày ngày tự tại trao đèn pháp
Năm tháng thong dong độ thế trần
Nguyện mãn tiêu dao về cảnh Phật
Kiết già phu tọa tịch nhiên an.

Thiền sư Hải Quýnh (1728–1811, đời thứ 40, tông Lâm Tế)

Sư họ Nguyễn, quê ở Bắc Ninh, 16 tuổi xuất gia và đắc pháp với Thiền sư Bảo Sơn Tính Dược tại chùa Liên Tông. Về sau, Sư hoằng hóa rất thịnh, đồ chúng theo học rất đông. Niên hiệu Gia Long thứ 10 (1811), Sư viên tịch, thọ 80 tuổi.

Zen Master Hải Quýnh (1728–1811, 40th generation, Lâm Tế lineage)

His surname was Nguyễn, and he was from Bắc Ninh. He was

ordained and received Dharma transmission from Zen Master Bảo Sơn Tính Dược at Liên Tông Temple at the age of 16. His teaching activities expanded significantly in the future, attracting a large number of adherents. He passed away at the age of 80 in the 10th year of the Gia Long era (1811).

96.
Đại Sư Kim Liên Tịch Truyền

Thuở bé xuất gia học Phật thiền
Vân Trai cổ tự mở cơ duyên
Ngày ngày kệ ngọc soi nguồn diệu
Năm tháng kinh vàng dưỡng tánh thiêng
Hải Quýnh ân sư truyền ấn tổ
Tịch Truyền nhân giả nối hương nguyền
Trang nghiêm giới đức dìu tăng tục
Đạo nghiệp chu toàn đức hạnh viên.

Đại sư Kim Liên Tịch Truyền (1745–1816, đời thứ 41, tông Lâm Tế)

Sư quê ở Thượng Phước, được Hòa thượng Từ Phong chùa Liên Tông thế độ. Sư tinh tấn tu hành, nghiêm trì giới luật, nuôi lớn tâm từ bi, trau dồi đức hạnh. Niên hiệu Gia Long thứ 15 (1816), Sư viên tịch, thọ 70 tuổi.

Great Master Kim Liên Tịch Truyền (1745–1816, 41st generation, Lâm Tế lineage)

He was born in Thượng Phước. Venerable Master Từ Phong consecrated him at Liên Tông Temple. The precepts were rigorously observed, his compassion was nourished, and he developed noble virtues through diligent practice. He passed away at the age of 70 in the 15th year of the Gia Long era (1816).

97.
Đại Sư Tường Quang Chiếu Khoang

Vân Trai cổ tự hướng tâm nguyền
Thế phát xuất gia kết thiện duyên
Đảnh lễ Minh Sư nương pháp diệu
Thừa đương thánh giáo mở cơ huyền
Tinh cần sớm tối khơi đèn tuệ
Thúc liễm đêm ngày học đạo thiêng
Khiêm hạ đầu đà tu mật tấn
Thong dong tự tại nối thiền nguyên.

Đại sư Tường Quang Chiếu Khoan (1741–1830, đời thứ 42, tông Lâm Tế)

Sư họ Nguyễn, quê ở Hà Nội, xuất gia từ nhỏ, thờ Hòa thượng Kim Liên (chùa Vân Trai) làm thầy. Sau khi thọ giới Tỳ-kheo, Sư tu theo hạnh Đầu-đà, tinh cần lễ Phật, tụng kinh, sống đời khiêm hạ, luôn tôn kính chư Tăng, khuyến khích người khác giảng kinh, phóng sinh, tu phước. Sư được mọi người kính quý, theo học rất đông. Niên hiệu Minh Mạng thứ 11 (1830), Sư viên tịch, thọ 70 tuổi.

Great Master Tường Quang Chiếu Khoan (1741–1830, 42nd generation, Lâm Tế lineage)

Nguyễn was his surname, and he was from Hà Nội. He was consecrated at a tender age by Venerable Master Kim Liên of Vân Trai Temple. He pursued austerities (hạnh Đầu-đà), devoted himself to bowing to the Buddha, reciting sutras, and leading a humble existence after receiving full Tỳ-kheo ordination. He consistently exhibited respect for his fellow priests, urged individuals to elucidate the sutras, liberate living creatures (phóng sinh), and accumulate merit. Numerous individuals regarded him with great respect and sought to study under him. He passed away at the age of 70 in the 11th year of the Minh Mạng era (1830).

98.
Thiền Sư Phúc Điền

Thiếu thời mộ Phật hướng chơn miền
Nương cửa Đại Bi học đạo thiêng
Mõ sớm kinh khuya nuôi trí sáng
Chuông chiều kệ tối dưỡng tâm nguyền
Pháp Vân trụ pháp trì kinh tạng
Đại Giác khai sơn mở mạch thiền
Viết sách ấn kinh hoằng chánh đạo
Xây chùa đúc tượng độ trần duyên.

Thiền sư Phúc Điền (1784–1863)

Sư họ Vũ, quê ở Hà Đông, 12 tuổi xuất gia. Về sau, Sư trụ trì chùa Liên Tông ở Hà Đông, biên soạn sách Thiền uyển truyền đăng thập lục, khai sơn chùa Thiên Quang ở Hà Nội. Sư viên tịch năm 1863, thọ 80 tuổi.

Zen Master Phúc Điền (1784–1863)

His surname was Vũ, and he was from Hà Đông. At the age of twelve, he was consecrated. Subsequently, he established Thiên Quang Temple in Hà Nội, compiled the Thiền uyển truyền đăng thập lục, and served as abbot of Liên Tông Temple in Hà Đông. At the age of 80, he passed away in 1863.

99.
Đại sư Phổ Tịnh

Phổ Tịnh chân tăng tu tập thiền
Nghiêm trì giới luật sống an yên
Độ người chẳng ngại xa phù thế
Học đạo vô ưu lánh tục phiền
Sáu chữ trọn đời ghi khắc niệm
Ba y vẹn kiếp giữ tinh chuyên
Không ăn quá ngọ tròn tâm nguyện
Tự tại thong dong vững chí nguyền.

Đại sư Phổ Tịnh (đời thứ 43, tông Lâm Tế)

Không rõ Sư sinh và viên tịch năm nào, chỉ biết quê ở Võ Lăng, Thượng Phước, xuất gia tu học với Hòa thượng Phúc Điền, thọ giới Tỳ-kheo với Đại sư Tường Quang (chùa Vân Thê). Sư chuyên tâm tinh cần tu niệm, giữ hạnh nhật thực nhất bữa (ngày ăn một bữa). Về sau, Sư trụ trì chùa Tường Quang, đồ chúng đến theo học rất đông.

Zen Master Phổ Tịnh (43rd generation, Lâm Tế lineage)

It is unknown when he was born or passed away. He was ordained under Venerable Master Phúc Điền and received the Tỳ-kheo ordination from Great Master Tường Quang at Vân Thê Temple. He was from Võ Lăng, Thượng Phước. He assiduously adhered to the tradition of consuming only one supper per day. He later became the abbot of Tường Quang Temple, where a large number of disciples gathered to study.

100.
Đại Sư Thông VINH

Hàm Long cổ tự kết duyên thiền
Thế độ xuất gia nhập Phật duyên
Mõ sớm chuông khuya nuôi ước nguyện
Kinh vàng kệ ngọc thỏa tâm nguyền
Thiền-na khai mở nguồn an lạc
Bát-nhã truyền lưu suối diệu thiêng
Đức hạnh ngời soi tăng tục hướng
Vinh Thông đạo nghiệp sử lưu truyền.
6-12-2021

Đại sư Thông Vinh (đời thứ 44, tông Lâm Tế)

Không rõ Sư sinh và viên tịch năm nào, cũng không rõ tại đâu. Chỉ biết Sư quê ở Hải Dương, đến Hàm Long xin xuất gia, thọ giới Tỳ-kheo với Hòa thượng Phúc Điền. Sư tu hành miên mật, đức hạnh cao vời, tiếng lành vang xa, nhiều người tìm đến tham học. Trước khi viên tịch, Sư để lại bài kệ dặn dò đệ tử.

Master Thông Vinh (44th generation, Lâm Tế lineage)

It is unclear when or where he was born or passed away. He was from Hải Dương and traveled to Hàm Long to request ordination. Venerable Master Phúc Điền granted him the Tỳ-kheo precepts. He was known for his unwavering dedication to his practice, his profound virtue, and his widespread good reputation, which attracted a large number of disciples. He left a concluding exhortation to his disciples in a verse before his departure.

101.
Thiền Sư Nguyên Thiều

Nguyên Thiều Hoán Bích bậc cao tăng
Chánh pháp hoằng dương sáng Tổ tông
Thập Tháp khai sơn rền pháp cổ
Hà Trung kiến tạo dựng tông môn
Kinh vàng giảng giải truyền tâm ấn
Kệ ngọc trao bày hiển đạo phong
Thạch trụ thiền gia ngời đức hạnh
An nhiên quy tịch tỏa huyền không.

Thiền sư Nguyên Thiều (1648–1728, đời thứ 33, tông Lâm Tế)

Sư họ Tạ, quê ở Triều Châu (Quảng Đông). Năm 19 tuổi, Sư xuất gia với Hòa thượng Bổn Khao Khoáng Viên. Về sau, Sư đến Bình Định (Việt Nam), khai sơn chùa Thập Tháp ở Bình Định, chùa Hà Trung ở Thuận Hóa, chùa Quốc Ân và tháp Phổ Đồng ở Huế. Niên hiệu Bảo Thái thứ 10 (1729), Sư viên tịch, thọ 81 tuổi.

Zen Master Nguyên Thiều (1648–1728, 33rd generation, Lâm Tế lineage). Hailing from Triều Châu (Guangdong), he was known by the surname Tạ. He was consecrated by Venerable Master Bổn Khao Khoáng Viên at the age of 19. Subsequently, he traversed to Bình Định, Vietnam, where he established the Thập Tháp Temple, Hà Trung Temple in Thuận Hóa, Quốc Ân Temple, and Phổ Đồng Stupa in Huế. He passed away at the age of 81 in the 10th year of the Bảo Thái era (1729).

102.
Hòa Thượng Thạch Liêm

Thông kinh bác sử mộ thiền na
Từ bỏ trần gian quyết xuất gia
Khắp chốn vân du tâm tĩnh lặng
Nơi nơi hóa độ ý chan hòa
Nguồn thiền sáng rạng soi nhân thế
Nẻo đạo ngời trong nở tuệ hoa
Hòa Thượng Thạch Liêm gương đức sáng
Trang nghiêm giới đức vững sơn hà.

Hòa thượng Thạch Liêm (đời thứ 29, tông Tào Động)

Sư quê ở Giang Tây (Trung Quốc), xuất gia rồi vân du khắp nơi. Năm 1695, Sư đến Thuận Hóa, được Chúa Nguyễn mời về chùa Thiên Mụ để truyền dạy đạo Phật cho vua quan triều Nguyễn. Sư có công truyền tông Tào Động vào Việt Nam. Về sau, Sư trở lại Trung Quốc.

Most Venerable Thạch Liêm (29th generation, Tào Động lineage)

He was from Jiangxi in China. After ordaining, he journeyed far and wide. In 1695, he arrived in Thuận Hóa and was invited by Lord Nguyễn to Thiên Mụ Temple to teach Buddhism to the Nguyễn royal court. He was instrumental in transmitting the Tào Động lineage to Vietnam. Later, he returned to China.

103.
Thiền Sư Minh Hoằng Tử Dung

An Nam trác tích dựng cơ thiền
Thuận Hóa Minh Hoằng diễn đạo thiêng
Kiến lập già lam hành chánh pháp
Huân tu giới đức xiển chơn viên
Vườn tâm tuệ giác ngời gương hạnh
Lối đạo trăng thanh rạng ánh nguyền
Năm tháng tiêu dao cùng nhật nguyệt
Ấn Tông[4] thạch trụ mãi lưu truyền.

Thiền sư Minh Hoằng Tử Dung (đời thứ 34, tông Lâm Tế)

Sư gốc người Hoa, theo Thiền sư Nguyên Thiều đến Thuận Hóa, khai sơn chùa Ấn Tông (tức chùa Từ Đàm ngày nay), truyền tâm ấn cho Tổ Liễu Quán. Không rõ Sư viên tịch năm nào.

Zen Master Minh Hoằng Tử Dung (34th generation, Lâm Tế lineage)

He was originally from China and followed Zen Master Nguyên Thiều to Thuận Hóa. There, he established Ấn Tông Temple (now Từ Đàm Temple) and bestowed the Dharma insignia on Patriarch Liễu Quán. The date of his death is unknown.

---

[4] Chùa Ấn Tông xưa tức là chùa Từ Đàm ngày nay.

104.
Thiền Sư Liễu Quán

Liễu Quán thiền sư ngộ đạo thiền
Ứng cơ tiếp vật độ trần duyên
Uy nghi vững chãi ngời hoa nguyện
Đức tướng trang nghiêm vẹn ý nguyền
Trí tuệ tinh tường âm pháp chuyển
Từ bi thấm nhuận ấn tâm truyền
Khơi dòng kệ ngọc trao đèn diệu
Thiền phái châu lưu khắp mọi miền

Mọi miền tăng tục niệm thâm ân
Noi ánh từ quang độ thế trần
Bốn bể chan hoà cùng nhật nguyệt
Năm châu hội ngộ vẹn tình thân
Dòng thiền mãi mãi trang nghiêm đẹp
Đức tổ luôn luôn tịch tĩnh gần
Nguyện thắp đèn thiền thêm rực sáng
Mọi miền tăng tục niệm thâm ân.

Thiền sư Liễu Quán (1667-1743, đời thứ 35, tông Lâm Tế)

Sư tên thật là Thiệt Diệu, quê ở Phú Yên. Năm 6 tuổi, Sư xuất gia với Hòa thượng Tế Viên. Về sau, Sư đắc pháp với Thiền sư Tử Dung Minh Hoằng, trở thành một thiền sư nổi tiếng, được Chúa Nguyễn kính trọng. Sư viên tịch năm 1743, thọ 77 tuổi. Sư có dể lại bài kệ truyền thừa của thiền phái Liễu Quán.

Zen Master Liễu Quán (1667–1743, 35th generation, Lâm Tế lineage)

Thiệt Diệu, a native of Phú Yên, was his given name. He was ordained by Venerable Tế Viên at the age of six. Subsequently, he acquired the Dharma under the guidance of Zen Master Tử Dung Minh Hoằng and established himself as a renowned Zen master, who was held in high regard by Lord Nguyễn. In 1743, he passed away, at the age of 77, leaving behind a gāthā of Dharma transmission for the Liễu Quán lineage.

105.
Thiền Sư Tánh Không Giác Ngộ
(Hòa Thượng Sơn Nhân)

1. Tánh Không Giác Ngộ đấng Sơn Nhân
Xóm núi chùa Hang hổ phục hàng
Rau cỏ thay cơm nuôi chí đạo
Vỏ cây thế áo dưỡng thiền tâm
Tai ương dịch họa lan tràn thảm
Thần lực tăng nhân vận chuyển an
Cảm hóa vua, dân quy chánh đạo
Ung dung tự tại giữa non ngàn...!

2. Tánh Không Giác Ngộ bậc Sơn Nhân
Thấy Phật lòng thành quyết xuất trần
Hang núi huân tu hằng dưỡng tánh
Rau rừng nhặt hái tạm nuôi thân
Bao mùa lá rụng tâm yên tĩnh
Mấy độ hoa rơi tuệ sáng ngần
Đức hạnh ngời soi vua cả kính
Xây chùa thỉnh trụ khiến an dân..!

Thiền sư Tánh Không Giác Ngộ (1828–1842, đời thứ 39, tông Lâm Tế)

Sư họ Nguyễn, húy Tánh Không, hiệu Sơn Nhân, quê ở Gia Định, đệ tử của Hòa thượng Đạo Dụng và Hòa thượng Đức Quảng. Sư tu trong núi ở Phú Yên, chỉ dùng hoa quả và rau rừng. Sư chứng được thần thông và có tài chữa bệnh, được vua Minh Mạng kính trọng, khen ngợi, ban hiệu "Sơn Nhân Hòa Thượng," đúng như câu người xưa nói: "Thuần nhất bất tạp vi hòa, Vạn loại xưng tôn vi thượng." Nghĩa là "Thuần một không lẫn tạp thì gọi là Hòa, muôn loài tôn xưng thì gọi là Thượng." Sư viên tịch vào năm Nhâm Dần (1842), thọ 87 tuổi.

Zen Master Tánh Không Giác Ngộ (1754-1842, 39th generation of the Lâm Tế lineage)

He was born in Gia Định and bore the surname Nguyễn, as well as the honorific Sơn Nhân and the given name Tánh Không. He was a student of Venerable Đạo Dụng and Venerable Đức Quảng. He lived solely on natural fruits and vegetation in the mountains of Phú Yên, where he practiced. Emperor Minh Mạng held him in high regard and bestowed upon him the appellation "Sơn Nhân Hòa Thượng," which was a reference to the ancient proverb:

"Thuần nhất bất tạp vi hòa,

Vạn loại xưng tôn vi thượng."

Which means: "Purely one and free from admixture is called 'Harmony'; when all beings revere it, it is called 'Supremacy.'"

He passed away in the year Nhâm Dần (1842), at the age of 87.

106.
Thiền Sư Pháp Thông Thiện Hỷ

Pháp Thông Thiện Hỷ bậc thiền tăng
Long Ẩn non thiêng dựng pháp tràng
Mở cửa từ bi truyền diệu đạo
Khai nguồn trí tuệ chuyển mê tân
Đồng Nai bến cũ in hình núi
Long Ẩn chùa xưa tỏa bóng sông
Thạch trụ thiền gia hành mật hạnh
Chuông mầu mõ diệu vọng kinh vàng.

Thiền sư Pháp Thông Thiện Hỷ (đời thứ 36, tông Tào Động)

Không rõ Sư sinh và viên tịch năm nào cũng như ở đâu. Chỉ biết Sư khai sơn chùa Long Ẩn trên núi Long Ẩn (Biên Hòa).

Zen Master Pháp Thông Thiện Hỷ (36th generation, Tào Động lineage)

It is unclear when and where he was born and passed away. It is only known that he established Long Ẩn Temple on Long Ẩn Mountain in Biên Hòa.

107.
Thiền Sư Tịnh Giác Thiện Trì

Tịnh Giác Thiện Trì đến nước Nam
Linh Phong trác tích dựng thiền am
Hôm mai hái củi nuôi nguồn pháp
Sớm tối trì kinh dưỡng suối âm
Hạnh đức ngời soi beo cọp kính
Uy nghi chói sáng vua quan tầm
Dũng Tuyền cổ tự vua xây cúng
Thiền tự Linh Phong sáng cõi tâm.

Thiền sư Tịnh Giác Thiện Trì

Sư là người Hoa, húy Tánh Ban, hiệu Mộc Y Sơn Ông, lập am Dũng Tuyền ở huyện Phù Cát (Bình Định) để tu hành. Về sau, Sư được Chúa Nguyễn tôn kính, cho dựng ngôi đại tự, ban biển ngạch "Linh Phong Đại Tự" và phong hiệu "Tịnh Giác Thiện Trì Đại Lão Thiền Sư." Không rõ Sư viên tịch năm nào; môn nhân đệ tử lập tháp thờ Sư tại chùa Linh Phong.

Zen Master Tịnh Giác Thiện Trì

He bore the Chinese name Tánh Ban and the title Mộc Y Sơn Ông. For the purpose of spiritual development, he founded the Dũng Tuyền Hermitage in the Phù Cát District of Bình Định. Lord Nguyễn later held him in high esteem, constructed a magnificent temple, and bestowed upon it the name "Linh Phong Đại Tự." He also bestowed upon him the title "Tịnh Giác Thiện Trì Đại Lão Thiền Sư." The year of his demise is uncertain; his disciples constructed a memorial stupa at Linh Phong Temple.

108.
Thiền Sư Minh Vật Nhất Tri
(Bát vĩ đồng âm)

Minh Vật Nhất Tri học Phật thiền
Tu hành miên mật độ trần duyên
Chuông khuya mõ sớm gieo mầm thiện
Kệ sáng kinh chiều kết ý thiêng
Liễu Quán nối dòng mưa pháp hiển
Kim Cang thừa tự ấn tâm truyền
Đồng Nai thiền nguyệt soi hương nguyện
Phật điện trang nghiêm sáng đạo viên.

Hòa thượng Minh Vật Nhất Tri (?–1786, đời thứ 34, tông Lâm Tế)

Sư là đệ tử của Tổ Nguyên Thiều Siêu Bạch. Sư cùng Tổ Nguyên Thiều hoằng hóa tại chùa Kim Cang. Sư viên tịch vào năm Bính Ngọ (1786).

Most Venerable Minh Vật Nhất Tri (34th generation, Lâm Tế lineage,?–1786)

He was a student of Patriarch Nguyên Thiều Siêu Bạch. Kim Cang Temple was the site of his dissemination of the Dharma in collaboration with Patriarch Nguyên Thiều. In the year Bính Ngọ (1786), he passed away.

109.
Thiền Sư Thành Đẳng Minh Lượng
(Bát vĩ đồng âm)

Thành Đẳng tôn Sư nối mạch thiền
Kim Cang Phật tự dưỡng bờ thiêng
Hành tung ẩn mật gìn tâm nguyện
Hạnh đức cao thâm giữ chí nguyền
Nối pháp hưng long hoa tuệ hiển
Thừa ơn thạnh mãn ấn tâm truyền
Độ sanh thoát tử trần ai chuyển
Liễu Quán tông phong đượm phước duyên.

Hòa thượng Thành Đẳng Minh Lượng (1626–1709, đời thứ 34, tông Lâm Tế)

Sư họ Lý, sinh năm 1626, quê ở Triều Châu (Trung Quốc). Vào nửa cuối thế kỷ XVII, Sư sang Việt Nam tham dự giới đàn tại chùa Thiền Lâm (Thuận Hóa). Sau đó, Sư đến Hội An, khai sơn Lang Thọ Tự (nay là chùa Vạn Đức) để hoằng pháp một thời gian. Tiếp đến, Sư vào Nam trác tích tại Cù Lao Phố (Biên Hòa), khai sơn chùa Đại Giác. Năm Kỷ Sửu (1709), Sư viên tịch tại chùa Đại Giác (Biên Hòa), thọ 84 tuổi.

Most Venerable Thành Đẳng Minh Lượng (1626–1709, 34th generation, Lâm Tế lineage)

He was born in 1626 in Triều Châu, China, and was given the surname Lý. He traveled to Vietnam in the latter half of the 17th century to participate in the ordination ceremony at Thiền Lâm Temple (Thuận Hóa). He subsequently traveled to Hội An and established Lang Thọ Tự (now Vạn Đức Temple) in order to disseminate the Dharma. He subsequently traveled to Cù Lao Phố (Biên Hòa) in the south and constructed the Đại Giác Temple. He passed away at the age of 84 at the Đại Giác Temple in Biên Hòa in the year Kỷ Sửu (1709).

110.
Thiền Sư Thành Nhạc Ẩn Sơn

Châu Thới non thiêng dựng cảnh thiền
Ẩn Sơn thạch trụ mở chùa chiền
Nối đèn Chánh pháp truyền gia bảo
Thắp ánh minh đăng khải đạo huyền
Hiển hiện từ tâm dìu vạn loại
Hoằng dương tuệ nghiệp giúp muôn duyên
Tháng ngày thanh thản trồng hương bối
Pháp phái hưng long tỏa khắp miền.

Hòa thượng Thành Nhạc Ẩn Sơn (?–1776, đời thứ 34, tông Lâm Tế)

Sư là đệ tử của Tổ Nguyên Thiều Siêu Bạch. Không rõ Sư sinh năm nào, quê quán ở đâu. Chỉ biết Sư khai sơn chùa núi Châu Thới (朱泰山寺) trên núi Châu Thới. Sư viên tịch năm 1776.

Most Venerable Thành Nhạc Ẩn Sơn (?–1776, 34th generation, Lâm Tế lineage)He was a student of Patriarch Nguyên Thiều Siêu Bạch. His date of birth and site of origin remain obscure. He is solely recognized for the establishment of the Châu Thới Mountain Temple (朱泰山寺) on Châu Thới Mountain. In 1776, he passed away.

111.
Thiền Sư Phật Ý Linh Nhạc

Phật Ý thiền sư nối mạch thiền
Đồng Nai Gia Định rạng nguồn thiêng
Từ Ân kiến lập xây chơn hạnh
Linh Nhạc hoằng dương tỏa diệu nguyền
Đức tuệ viên dung vang mọi nẻo
Uy nghi ngời sáng rọi muôn duyên
Từ bi trải khắp thành Gia Định
Đạo nghiệp hưng long vững đạo nguyên.

Thiền sư Linh Nhạc Phật Ý (1725–1821)

Sư là đệ tử của Hòa thượng Thành Đẳng Minh Lượng tại chùa Đại Giác. Sư khai sơn chùa Từ Ân ở Gia Định, đào tạo được nhiều bậc tăng tài. Sư viên tịch năm 1821, thọ 97 tuổi.

Zen Master Linh Nhạc Phật Ý (1725–1821)

He was a student of Venerable Thành Đẳng Minh Lượng at Đại Giác Temple. He established Từ Ân Temple in Gia Định, where he instructed numerous exceptional monastics. At the age of 97, he passed away in 1821.

112.
Thiền Sư Liễu Đạt Thiệt Thành

Tướng hảo tài hoa xiển Phật thiền
Tăng Cang Thiên Mụ độ trần duyên
Giảng kinh thuyết pháp khơi nguồn diệu
Niệm Phật khai nguyên mở mạch huyền
Chuyển hóa vô minh trừ nghiệp chướng
Hành trì giới đức giữ vườn thiêng
Lòng không vẩn đục uy vang khắp
Liễu Đạt chân như vẹn chí nguyền.

Thiền sư Liễu Đạt Thiệt Thành (?-1823, đời thứ 35, tông Lâm Tế).

Không rõ sư sinh năm nào, chỉ biết sư là đệ tử của Hòa thượng Minh Vật Nhất Tri. Sư thông minh, tướng tốt, được triều đình nhà Nguyễn triệu ra kinh vào cung thuyết pháp và ban pháp hiệu là Liên Hoa Hòa Thượng. Sau đó, sư vào Nam trụ trì chùa Sắc Tứ Từ Ân ở Gia Định, rồi nhập thất tại chùa Đại Giác, Biên Hòa và viên tịch tại đây vào năm 1823.

Zen Master Liễu Đạt Thiệt Thành (?-1823, 35th generation, Lâm Tế school).

The year of his birth is unknown. He was a student of Venerable Minh Vật Nhất Tri. He was summoned to the imperial court by the Nguyễn dynasty to deliver Dharma talks, and was conferred the title Liên Hoa Hòa Thượng (Lotus Venerable) due to his intelligence and noble appearance. Afterward, he relocated to the South and assumed the role of abbot at Sắc Tứ Từ Ân Temple in Gia Định. Subsequently, he entered a retreat at Đại Giác Temple in Biên Hòa, where he passed away in 1823.

113.
Thiền Sư Tổ Ấn Mật Hoằng

Xuất gia học đạo tuổi mười lăm
Mẫn tuệ thông minh tinh tấn cần
Giới đức trang nghiêm vua kính trọng
Oai nghi tề chỉnh đạo nghiên tầm
Tăng Cang Thiên Mụ rền uy đức
Thạch Trụ Quốc Ân ngời ấn tâm
Trùng hưng Thập Tháp thừa nghiệp tổ
Tái dựng Quốc Ân kiến pháp tràng

Pháp tràng vang vọng mãi viên âm
Chuyển hóa sầu đau độ khách trần
Hạnh nguyện vun trồng trăng nguyện sáng
Ân nguyền báo đáp hương nguyền lan
Đêm ngày thanh thản làm tăng phận
Năm tháng tiêu dao chuyển thế nhân
Mấy độ xuân thu hoa tuệ rạng
Non sông vững thạnh mãi ghi ân.

Thiền sư Tổ Ấn Mật Hoằng (1735–1835, đời thứ 36, tông Lâm Tế).

Sư họ Nguyễn, sinh năm 1735, quê ở Phù Cát, Bình Định. Năm 15 tuổi, sư vào Nam, xuất gia tu học tại chùa Đại Giác ở Biên Hòa, thọ giới Tỳ-kheo với Thiền sư Phật Ý Linh Nhạc ở chùa Từ Ân. Sư trụ trì chùa Đại Giác, được vua Gia Long sắc phong Hòa thượng và xuống chiếu triệu sư ra kinh đô Huế, phong chức Tăng Cang tại chùa Thiên Mụ và chùa Quốc Ân. Sư trùng kiến chùa Quốc Ân và chùa Thập Tháp. Ngày mùng 1 tháng 10 năm Ất Mùi (1835), sư viên tịch tại chùa Quốc Ân (Huế), thọ 101 tuổi.

Zen Master Tổ Ấn Mật Hoằng (1735–1835, 36th generation, Lâm Tế school).

He was born in 1735 in Phù Cát, Bình Định, and his family name was Nguyễn. He traveled to the South at the age of 15 and was ordained at the Đại Giác Temple in Biên Hòa. He was granted complete ordination (bhikṣu precepts) by Zen Master Phật Ý Linh Nhạc at Từ Ân Temple. Later, he was appointed as the abbot of Đại Giác Temple, was bestowed the title of Venerable by Emperor Gia Long, and was dispatched to the imperial capital of Huế to serve as Tăng Cang (Head of the Sangha) at Thiên Mụ and Quốc Ân Temples. He restored both the Quốc Ân and Thập Tháp Temples. At the age of 101, he passed away at Quốc Ân Temple on the first day of the 10th lunar month in the Ất Mùi year (1835).

114.
Thiền Sư Tổ Tông Viên Quang

Thuở nhỏ xuất gia học đạo thiền
Siêng năng tu tập hạnh tinh chuyên
Phật kinh thông suốt truyền gia bảo
Giáo nghĩa am tường độ thế duyên
Giới đức trang nghiêm tăng tục kính
Uy nghi đĩnh đạt vua quan truyền
Giác Lâm trùng kiến trang nghiêm tự
Phật pháp lưu thông tỏa diệu viên.

Thiền sư Tổ Tông Viên Quang (1758–1827, đời thứ 36, tông Lâm Tế).

Sư sinh năm 1758, xuất gia tu học với Hòa thượng Thành Đẳng Minh Lượng tại chùa Đại Giác. Sau này, sư trụ trì và trùng kiến chùa Giác Lâm với kiến trúc độc đáo hình chữ Tam, làm hoàn toàn bằng gỗ quý. Sư là một thiền sư nổi tiếng, thông suốt cả Phật học và Nho giáo. Sư viên tịch năm 1827, thọ 70 tuổi.

Zen Master Tổ Tông Viên Quang (1758–1827, 36th generation, Lâm Tế school).

Born in 1758, he studied under Venerable Thành Đẳng Minh Lượng at Đại Giác Temple. Later, he became abbot and rebuilt Giác Lâm Temple with a unique architectural style in the shape of the character Tam (三), using rare hardwoods. He was renowned for his mastery of both Buddhism and Confucianism. He passed away in 1827, aged 70.

115.
Thiền Sư Nhất Định

Xuất gia từ nhỏ dưỡng thiền tâm
Phổ Tịnh tăng nhân thế độ ân
Thiên Thọ già lam chuông mõ vọng
Quốc Ân cổ tự giới kinh tầm
Giác Hoàng một thuở Trú Trì nhiệm
Linh Hựu bao thu Tăng Cang kham
Hương Thủy Dương Xuân An Dưỡng dựng
Mẹ già phụng dưỡng thân tâm nhàn.

Thiền sư Nhất Định (1784–1847).

Sư quê ở Quảng Trị, sinh năm 1784, xuất gia từ nhỏ với Thiền sư Phổ Tịnh ở chùa Thiên Thọ, thọ giới Tỳ-kheo với Thiền sư Mật Hoằng ở chùa Quốc Ân. Sư được vua Gia Long sắc phong trụ trì chùa Thiên Thọ, và được vua Minh Mạng thỉnh làm Tăng Cang chùa Giác Hoàng. Sau đó, sư dâng chiếu xin từ chức, được vua Thiệu Trị chấp thuận. Sư nói: "Già rồi may được vua thương. Một thân một bát, rộng đường vân du." Sau này, sư dựng An Dưỡng Am trên núi Dương Xuân để phụng dưỡng mẹ già. Nơi đây được Thái giám viện nương đức sư xây dựng thành đại tự, vua Thiệu Trị ban tên Sắc Tứ Từ Hiếu Tự. Năm 1847, sư viên tịch, thọ 64 tuổi.

Zen Master Nhất Định (1784–1847).

Born in Quảng Trị in 1784, he was ordained by Zen Master Phổ Tịnh at a young age at Thiên Thọ Temple and further ordained by Zen Master Mật Hoằng at Quốc Ân He was appointed abbot of Thiên Thọ Temple by Emperor Gia Long and later called to serve as Tăng Cang at Giác Hoàng Temple by Emperor Minh Mạng. He later presented a resignation memorial, which Emperor Thiệu Trị accepted. "Now in old age, I am grateful for the emperor's compassion. With only my body and alms bowl, I can wander." He constructed An Dưỡng Hermitage on Dương Xuân mountain to care for his old mother. Emperor Thiệu Trị named this place Sắc Tứ Từ Hiếu, which was turned into a large temple under palace eunuchs' patronage. He passed away at 64 in 1847.

116.
Thiền Sư Minh Hải Pháp Bảo

An Nam trác tích dựng am thiền
Trí tuệ sâu mầu mở đạo thiêng
Trống pháp vang rền nơi cửa Phật
Chuông chùa thức tỉnh chốn trần duyên
Hội An phố cổ ngời trăng diệu
Chúc Thánh già lam rạng pháp huyền
Minh Hải tôn sư trao diệu ngữ
Kệ vàng Pháp Bảo ấn tâm viên.

Thiền sư Minh Hải Pháp Bảo (1670–1746).

Sư thế danh Lương Thế Ân, sinh giờ Tuất, ngày 28 tháng 6 năm Canh Tuất (1670), tức năm Khang Hy thứ 8 triều nhà Thanh, tại làng Thiệu An, huyện Đồng An, phủ Tuyền Châu, tỉnh Phúc Kiến, Trung Quốc. 9 tuổi sư xuất gia, 20 tuổi thọ giới Tỳ-kheo với pháp danh Minh Hải, tự Đắc Trí, hiệu Pháp Bảo. Sau, sư sang Việt Nam theo đoàn chư Tăng truyền giới do lời thỉnh của chúa Nguyễn Phúc Chu và đã trác tích tại Hội An, khai sơn chùa Chúc Thánh, hoằng dương Phật pháp, trở thành Tổ khai sơn thiền phái Lâm Tế Chúc Thánh. Sư viên tịch ngày 7 tháng 11 năm Bính Dần (1746), thọ 77 tuổi.

Zen Master Minh Hải Pháp Bảo (1670–1746).

His lay name was Lương Thế Ân. Born at Thiệu An village, Đồng An county, Tuyên Châu prefecture, Fujian province, China, during the Dog Hour on the 28th day of the 6th lunar month in 1670, Emperor Kangxi's 8th year. He was ordained at 9 and full ordination at 20. He was given the Dharma name Minh Hải, the interior name Đắc Trí, and the title Pháp Bảo. Later, he joined a group of monks in

Vietnam to teach precepts at the request of Lord Nguyễn Phúc Chu. He founded the Lâm Tế Chúc Thánh Zen lineage and spread the Dharma in Hội An by erecting Chúc Thánh Temple. He passed away at 77 on the 7th day of the 11th lunar month of Bính Dần (1746).

117.
Quốc Sư Hưng Liên

Quảng Nam thắng tích dựng chùa thiền
Chánh pháp hoằng dương rạng núi thiêng
Thạch Động Hoa Nghiêm khai pháp hóa
Hưng Liên Tào Động mở tông truyền
Ngũ Hành Non Nước thường yên tịnh
Phật điện Tam Thai mãi tịch huyền
Chuông vẳng sớm hôm vơi vướng tục
Vua quan kính quý hướng Phật duyên.

Quốc sư Hưng Liên, gốc người Hoa, là đệ tử của Hòa thượng Thạch Liêm, sang Việt Nam và được chúa Nguyễn Phúc Chu tôn làm Quốc sư, trụ trì chùa Tam Thai (Non Nước). Không rõ năm sinh và năm viên tịch của sư.

National Zen Master Hưng Liên, of Chinese origin, was a disciple of Venerable Thạch Liêm. He arrived in Vietnam and was appointed National Master by Lord Nguyễn Phúc Chu. He was the abbot of Tam Thai Temple on Non Nước mountain. The years of his birth and death are still undetermined.

118.
Thiền Sư Pháp Hóa

Pháp Hóa tôn sư đến nước Nam
Ung dung trác tích dựng thiền am
Đêm ngày tinh tấn tu thiền định
Năm tháng chăm nom kiến đạo tràng
Giếng Phật quanh năm tuôn nước ngọt
Chuông thần sớm tối ngân âm vang
Non cao Thiên Ấn ngời Thiên Ấn
Sắc tứ chùa xưa vua sắc ban.

Thiền sư Pháp Hóa, người Hoa, quê ở Phúc Kiến, sang Việt Nam khai sơn chùa Thiên Ấn ở Quảng Ngãi. Chùa được chúa Nguyễn Phúc Chu ban biển ngạch Sắc Tứ Thiên Ấn Tự. Sư thị tịch vào ngày 17 tháng Giêng năm Giáp Tuất (1754).

Zen Master Pháp Hóa, originally from Fujian, China, came to Vietnam and founded Thiên Ấn Temple in Quảng Ngãi. The temple was given the official name Sắc Tứ Thiên Ấn Tự by Lord Nguyễn Phúc Chu. On the seventeenth day of the first lunar month in the year Giáp Tuất (1754), he passed away.

119.
Thiền Sư Tiên Giác Hải Tịnh

Xuất gia học đạo tuổi mười lăm
Tinh tấn tu hành dưỡng đạo tâm
Linh Nhạc thiền sư trao diệu ngữ
Từ Ân đệ tử thọ chơn âm
Tăng Cang Thiên Mụ truyền viên giáo
Thạch Trụ Giác Lâm trải nghĩa ân
Hải Tịnh thiền sư ngời đức hạnh
Tăng nhân khắp chốn hướng nương tầm.

Thiền sư Tiên Giác Hải Tịnh (1788–1875, đời thứ 37, tông Lâm Tế).

Sư họ Nguyễn, quê ở Gia Định, sinh năm Mậu Thân (1788), 10 tuổi xuất gia với Thiền sư Phật Ý Linh Nhạc (chùa Từ Ân), thọ giáo với Thiền sư Viên Quang (chùa Giác Lâm), được ban pháp danh Tiên Giác, hiệu Hải Tịnh. Sư thông Kinh, bát sử, được vua Minh Mạng triệu ra Huế trụ trì chùa Thiên Mụ, vua Thiệu Trị ban sắc trụ trì chùa Giác Hoàng. Sư từng được phong Tăng Cang. Sư viên tịch năm 1875, thọ 88 tuổi.

Zen Master Tiên Giác Hải Tịnh (1788–1875, 37th generation, Lâm Tế school).

His family name was Nguyễn, born in Gia Định in the year Mậu Thân (1788). He was ordained by Zen Master Phật Ý Linh Nhạc at Từ Ân Temple at the age of 10 and subsequently studied under Zen Master Viên Quang at Giác Lâm Temple. He was granted the title Hải Tịnh and the Dharma name Tiên Giác. Emperor Minh Mạng invited him to serve as abbot of Thiên Mụ Temple, and he was subsequently invited by Emperor Thiệu Trị to lead Giác Hoàng

Temple. He was well-versed in both scriptures and secular literature. During the Nguyễn dynasty, he was designated Tăng Cang. At the age of 88, he passed away in 1875.

120.
Thiền Sư Minh Vi Mật Hạnh

Giác Lâm cổ tự học thiền na
Thế phát bẩm sư nguyện xuất gia
Mõ sớm kinh vàng ươm tuệ diệu
Chuông khuya kệ ngọc trải tâm hòa
Vườn thiền đức sáng hương nguyền tỏa
Nẻo đạo từ lan suối đạo ca
Thanh thản đêm ngày thừa tổ nghiệp
Giác Viên Mật Hạnh đức lan xa.

Thiền sư Minh Vi Mật Hạnh (1828–1898, đời thứ 38, tông Lâm Tế).

Sư húy Minh Huy, đệ tử của Thiền sư Tiên Giác Hải Tịnh, được bổ nhiệm trụ trì chùa Giác Viên và chùa Giác Lâm. Sư viên tịch năm 1898, thọ 71 tuổi.

Zen Master Minh Vi Mật Hạnh (1828–1898, 38th generation, Lâm Tế school).

His Dharma name was Minh Huy. He was appointed abbot of both Giác Viên and Giác Lâm Temples and was a disciple of Zen Master Tiên Giác Hải Tịnh. At the age of 71

121.
Thiền Sư Minh Khiêm Hoằng Ân

Hoằng Ân đức hạnh rạng quang thiền
Phương trượng già lam tịnh giới chuyên
Phật pháp tinh thông gương đạo sáng
Uy nghi cẩn mật tôn dung hiền
Thong dong chẳng vướng vòng câu chấp
Tự tại không vương cội lụy phiền
Năm tháng tiêu dao truyền chánh pháp
Giác Lâm Viên Giác mãi an yên.

Thiền sư Minh Khiêm Hoằng Ân (1850–1914, đời thứ 38, tông Lâm Tế).

Sư sinh năm Canh Tuất (1850), xuất gia với Thiền sư Tiên Giác Hải Tịnh (chùa Giác Lâm), sau trụ trì chùa Giác Viên, từng làm dẫn thỉnh, giáo thọ đàn giới và giảng dạy Phật pháp cho tứ chúng tại chùa Giác Lâm. Sư thâm hiểu giáo pháp, từng trác tích và hoằng pháp tại Mỹ Tho, Châu Đốc, v.v. Sư viên tịch năm 1914, thọ 65 tuổi.

Zen Master Minh Khiêm Hoằng Ân (1850–1914, 38th generation, Lâm Tế school).

Born in the year Canh Tuất (1850), he was ordained by Zen Master Tiên Giác Hải Tịnh at Giác Lâm Temple. He subsequently became the abbot of Giác Viên Temple. He provided education to both monastics and laypeople during ordination ceremonies, acting as both a preceptor and Dharma teacher. He was a distinguished scholar of Buddhist doctrine who also traveled and instructed in locations such as Mỹ Tho and Châu Đốc. At the age of 65, he passed away in 1914.

122.
Thiền Sư Đạo Trung Thiện Hiếu
(Tổ Đỉa)

Đạo Trung Thiện Hiếu đắc cơ thiền
Tự tại thong dong hóa đạo duyên
Bưng Đĩa tham thiền tâm vững tịnh
Hưng Long hoằng đạo đức nhàn thiêng
Giúp người nên việc quy đường thiện
Mở hội hành thiền hướng cội nguyên
Xả bỏ lợi danh hành Chánh đạo
Linh Sơn Phật tự mãi linh huyền.

Thiền sư Đạo Trung Thiện Hiếu (đời thứ 38, tông Lâm Tế).

Không rõ năm sinh và năm viên tịch. Sư khai sơn chùa Linh Sơn, chùa Long Hưng trên núi Bà Đen (Tây Ninh). Dân gian Tây Ninh thường gọi sư là Tổ Đĩa. Sau khi viên tịch, sư lưu lại xá lợi cánh tay.

Zen Master Đạo Trung Thiện Hiếu (38th generation, Lâm Tế school).

His birth and death years are unknown. He established the Linh Sơn and Long Hưng Temples on Bà Đen Mountain (Tây Ninh). The locals affectionately referred to him as Tổ Đĩa ("Earth Patriarch"). A relic of his arm was left behind after his departure.

123.
Thiền Sư Như Nhãn Tư Phong

Bỏ tục duyên trần nguyện xuất gia
Thiền Lâm cổ tự học thiền na
Giác Viên thanh tịnh cầu châu giới
Như Nhãn trang nghiêm lễ Phật Đà
Giác Hải trú trì hưng thánh giáo
Tư Phong phương trượng vượng thiền hòa
Trường hương khai mở truyền diệu pháp
Đức hạnh thơm lan tỏa ngát tòa.

Thiền sư Như Nhãn Từ Phong

(1864–1939, đời thứ 39, tông Lâm Tế, chi phái Đạo Mẫn). Sư họ Nguyễn, quê ở Đức Hòa (Long An), sinh năm 1864, 16 tuổi xuất gia với Thiền sư Minh Đạt tại chùa Từ Lâm, sau đến cầu pháp với Hòa thượng Hoằng Ân - Minh Khiêm tại chùa Giác Viên, được ban pháp danh Như Nhãn, pháp hiệu Từ Phong. Sư trụ trì chùa Giác Hải (Gia Định). Sư viên tịch ngày 5 tháng 12 năm Mậu Dần (1939), thọ 74 tuổi, hơn 50 hạ lạp.

Zen Master Như Nhãn Từ Phong

(1864–1939, 39th generation, Lâm Tế school, Đạo Mẫn lineage).

Born in Đức Hòa (Long An) in 1864, his family name was Nguyễn. He received the Dharma name Như Nhãn and the Dharma title Từ Phong and ordained under Zen Master Minh Đạt at Từ Lâm Temple at the age of 16. Subsequently, he studied under Venerable Hoằng Ân (Minh Khiêm) at Giác Viên Temple. Subsequently, he was appointed as the abbot of Giác Hải Temple in Gia Định. He passed away at the age of 74 on the 5th day of the 12th lunar month in the year Mậu Dần (1939), having participated in more than 50 rainy-season retreats (hạ lạp).

124.
Thiền Sư Hải Bình Bảo Tạng

Hải Bình Bảo Tạng bậc thiền tăng
Đức tuệ viên dung xiển đạo vàng
Khắp chốn vân du truyền pháp nhãn
Cùng nơi diễn thuyết độ trần gian
Hang sâu Trà Cú tu thiền định
Núi vắng Châu Viên dựng đạo tràng
Cảm hóa thú rừng dân nể phục
Ngọc Tuyền đức sáng rạng Kỳ Vân.

Thiền sư Hải Bình Bảo Tạng (1818–1872, đời thứ 40, phái Lâm Tế Liễu Quán).

Sư họ Huỳnh, sinh năm Mậu Dần (1818), pháp danh Hải Bình, hiệu Bảo Tạng, từng trụ trì nhiều chùa như: Thạch Sơn (Phú Yên), Long Hòa, Ngọc Tuyền (Bà Rịa - Vũng Tàu). Sư viên tịch năm 1872, thọ 55 tuổi.

Zen Master Hải Bình Bảo Tạng (1818–1872, 40th generation, Lâm Tế Liễu Quán school).

His family name was Huỳnh, and he was born in the year Mậu Dần (1818). He was also known by the Dharma name Hải Bình and the title Bảo Tạng. He was the abbot of a variety of temples, including Long Hòa, Thạch Sơn (Phú Yên), and Ngọc Tuyền (Bà Rịa - Vũng Tàu). At the age of 55, he passed away in 1872.

125.
Thiền Sư Ngộ Chân Long Cốc

Ngộ Chân Long Cốc đấng sơn tăng
Phước Khánh Chứa Chan dựng thiền phong
Thạch động tu hành hương đức tỏa
Thú rừng cảm hóa đạo uy lan
Rau rừng đạm bạc nuôi thân huyễn
Núi quả đơn sơ dưỡng đạo vàng
Niệm Phật tham thiền tu đắc đạo
Trấn Biên một thuở đức danh vang.

Thiền sư Ngộ Chân (Hòa thượng Long Cốc).

Không rõ quê quán, năm sinh và năm viên tịch. Sư khai sơn chùa Hang ở núi Chứa Chan (Gia Lào) và chùa Đức Vân ở núi Dinh (Bà Rịa). Sư tu hành đắc đạo, chỉ ăn rau quả rừng, được thú rừng vây quanh, chữa bệnh cho dân nghèo, được mọi người quý kính.

Zen Master Ngộ Chân (also known as Venerable Long Cốc).

His place of origin, as well as his birth and death years, remain obscure. He established Chùa Hang on Chứa Chan mountain (Gia Lào) and Đức Vân Temple on Dinh mountain (Bà Rịa). He was renowned for his spiritual development, and he lived on wild fruits and vegetables, surrounded by jungle animals. He also helped the poor and healed the sick, gaining the respect of the local people.

126.
Hòa Thượng Hoàng Long

Hoàng Long Hòa Thượng đức uy vang
Bình Định, Hà Tiên giảng đạo vàng
Giáo hóa quần sanh truyền lễ nghĩa
Hoằng dương Phật pháp độ trần gian
Từ tâm đối vật không câu chấp
Bi trí ứng cơ chẳng biệt phân
Bình đẳng lợi tha trang trải nguyện
Quan dân quý kính hướng thân gần...!

Tu Viện An Lạc, California, 3:00AM, 27-03-2022
Hậu Học - Thích Chúc Hiền (kính đề)

Hòa thượng Hoàng Long (?-1737).

Quê ở Bình Định, sư vân du đến Hà Tiên, lập am tu hành ở phía Bắc núi Vân Sơn cách 5 dặm. Sư được quan dân mến mộ, viên tịch năm 1737 tại chùa trên núi. Đệ tử xây tháp bảy tầng an táng di cốt. Tháp màu trắng nên dân gọi núi đó là Bạch Tháp.

Most Venerable Hoàng Long (?-1737).

A native of Bình Định, he traveled to Hà Tiên and established a hermitage for practice on the northern slope of Vân Sơn mountain, which was five leagues distant. He was adored by both officials and commoners. He passed away in 1737 at the temple located on the mountain. His disciples constructed a seven-story white stupa to enshrine his remains, which prompted the residents to refer to the mountain as Bạch Tháp ("White Stupa Mountain").

www.ingramcontent.com/pod-product-compliance
Lightning Source LLC
LaVergne TN
LVHW100227051026
849517LV00006B/1823
9798349349287
9 798349 349287